நனவோடை

D1771987

நா.சௌரிராஜன்

டிஸ்கவரி பப்ளிகேஷன்ஸ்

எண்: 9, பிளாட் எண்: 1080A, ரோஹிணி பிளாட்ஸ்
முனுசாமி சாலை, கே.கே.நகர் மேற்கு,
சென்னை – 600 078. பேச: 99404 46650

வெளியீட்டு எண்: 0385

நனவோடை (கவிதை),
ஆசிரியர்: நா.சௌரிராஜன்©
Nanavoodai (Poems),
Author: N.Sowrirajan©
Print in India
1st Edition: Sep - 2024
ISBN : 978-81-19541-78-2
Pages - 128
RS. 160

Publisher • Sales Rights

Discovery Publications
No. 9, Plot,1080-A,
Rohini Flats, Munusamy Salai,
K.K.Nagar West, Chennai - 78.
Tamilnadu, India.
Mobile: +91 99404 46650

Discovery Book Palace (P) Ltd
No. 1055-B, Munusamy Salai,
K.K.Nagar West,
Chennai-600 078.
Ph: (044) 4855 7525
Mobile: +91 87545 07070

discoverybookpalace@gmail.com
WWW.DISCOVERYBOOKPALACE.COM

இந்த நூலில் பிரசுரமாகியுள்ள எந்த ஒரு பகுதியையும் எழுத்துபூர்வமான முன்அனுமதி பெறாமல் எடுத்தாள்வதோ, மறுபிரசுரம் செய்வதோ, மொழியாக்கம் செய்வதோ, ஊடகங்களில் மறுபதிப்புச் செய்வதோ, காப்புரிமைச் சட்டப்படி தடை செய்யப்பட்டுள்ளது. இந்த நூலிலிருந்து சில பகுதிகளை மேற்கோள்காட்டி நூல்அறிமுகம் செய்யலாம்.

உங்கள் மொபைல் போனிலிருந்து ஸ்கேன் செய்து 'டிஸ்கவரி புக் பேலஸ்' மொபைல் ஆப்பை டவுன்லோடு செய்து, புத்தகங்களை வாங்குங்கள்.

Scan and download

என் குரு, ஆத்ம போதகர்...
கம்பனை, வால்மீகியை, அருணாச்சலா கவிராயரை,
துளசிதாசரை அறிமுகம் செய்ததோடில்லாமல்...
என்னைத் திருத்தி, வழிகாட்டியாய் இருக்கின்ற
சகலமுமான ப்ரம்மம்
கஞ்சி ஸ்ரீலஸ்ரீ சண்முகம் சாமியின் பாதம் தொட்டு
அவரின் ஆசிர்வாதங்களுடன்,

என் ஆசிரியர்களான...

தமிழரசி நடுநிலைப் பள்ளி, மேலூர்
   திருமதி சாந்தி
   திருமதி தனம்
   திருமதி இராஜலக்ஷ்மி
   திரு சுப்பிரமணி
   திரு இரவி
   திரு சீனு

TPVV குருக்கள் நடுநிலைப் பள்ளி, சின்னமனூர்
   திரு மணி ஐயா
   திரு ராமசாமி
   திரு பொன்னுசாமி
   திரு வேலாயுதம்

KENC அரசு மேல்நிலைப் பள்ளி, மணவாளநகர்
   திரு மணி
   திருமதி தேவகி
   திரு மீனாட்சிசுந்தரம்
   திரு பொன்னுசாமி
   திரு தனுஷ்கோடி
   திருமதி கஸ்தூரிபாய்
   திரு சுப்பிரமணி
   திருமதி தனம்

இன்னும் பெயர் அறியா பலருக்கும்
காணிக்கையாக்குகிறேன்...

அணிந்துரை

'நனவோடை'க்கு அணிகலன் அதிலமைந்துள்ள சொற்களே! இருப்பினும் என்னுடைய அணிகலன்களாக சிலவற்றை இங்கு குறிப்பிட விரும்புகிறேன். உள்ளக்கிடக்கை வெளிப்பாடு திரும்பிப்பார்க்கச் செய்கிறது. செல்லிப்பாட்டியை சலவையன் துவைத்த துணியாகக்க்கூறினும், பாட்டியை உயர்த்திப்பிடித்தல் பாராட்டுக்குரியது. அனுவின் நினைவை விட்டுவிடாது இருகப் பற்றியுள்ளார்.

ஔவையின் ஆற்றலினும் உயர்ந்தது அணுதான் என்பதை நிலைநிறுத்தியுள்ளதன் மூலம், அவரின் ஆரம்ப கால பள்ளிவாழ்க்கையை அவ்வாறே உரைத்திருப்பது விளங்கி உள்ளது. ஆர்த்தி பாத்திரத்தின் மூலம் தன் இளமைக்கால பள்ளிவாழ்க்கையை அவ்வாறே கூறியிருத்தல், அவர் தன் வாழ்க்கையை ஓர் திறந்த புத்தகமாக்கியிருக்கிறதைக் காட்டுகிறது. நண்பன் தன்னுள் நண்பனின் நிலையறிதல் போற்றற்குரியது. நண்பனை நினைத்து உள்ளத்தில் எழுந்துள்ள கண்ணீரும், சிரிப்பும் நட்பின் இலக்கணத்தை வெளிப் படுத்தியுள்ளது.

'ஐயா' எனும் தலைப்பில் தன் கல்விக்கு வழிகாட்டியாக விளங்கிய ஆசானின் பண்பு, பரிவு, பாசம் போன்றவை வெளிக்காட்டப்பட்டுள்ளன. மேலும், அழவைக்கும் இடமே ஆழ்ந்த கல்விக்கூடம் என்பதை வெளிப்படுத்தியுள்ளார். விதையாக நிலவின் வெளிப்பாடும், பெருக்கல், வகுத்தல், கூட்டல் மற்றும் கழித்தல் இறுதியில் துப்புரவு என கூறியிருப்பது சிறப்புடையது.

இயற்கைப் பேரிடரில், பழையன கழிதல், புதியன புகுதல் என்னும் இலக்கண நெறி அமைந்துள்ளது சிறப்பு. எச்சங்களில் எச்சம் முடியாது எஞ்சி நிற்கும் என்பது வெளிப்படுத்தப்

பட்டுள்ளது. காட்டின் கற்பனை நயம், பிச்சைக்காரனில் வந்தது காணவில்லை போன்ற கற்பனை மிகவும் சிறப்பு. அலைபேசி தற்கால நிலையை/தேவையை காட்சிப்படுத்தியுள்ளது. மற்றும் தொடர்வண்டி, நடவண்டி, ஆறுகள், மலைகள் போன்ற தலைப்புகளில் திறம்பட சொற்கள் கையாளப்பட்டுள்ளன. காரக்கூழில் பழமையும், கும்மிப்பாட்டில் புதுமையும் நூலாசிரியரின் வாசிப்புத்திறனைக் காட்டுகிறது. மேலும், முற்போக்கு வாழ்க்கை மிடுக்காய்ச் சிறக்கும் என்பதும், சாதிச் சிந்தனைகள் பயனற்றது என்பதும் மக்களுக்கு மீண்டும் மீண்டும் தேவைப்படும் செய்திகள்.

'யாதும் ஊரே யாவரும் கேளிர்' என்னும் கனியன் பூங்குன்றனாரின் கவிதையைக் கையாண்டிருப்பது, பேசும் கவிதை, நிழலின் கவிதை, அதுவே இசையாய், புயலாய், ஊழின் சுழற்சியாய் வரும் என்பதும், நேற்றில்லா உலகம், இன்று மாறும் என்பதும் மிகவும் சிறப்பு.

ஐங்குறுநூறு, பிரபஞ்சம், பதிற்றுப்பத்தின் விருந்தோம்பல், பரிபாடலின் இயற்கை மற்றும் பாரதியின் கவிநயம் போன்றவை சிறப்பாக கையாளப்பட்டுள்ளன. அன்பின் நிருபம், பண்பின் ஓவியம் எனச் சொல்லாடல்கள் முகம் நன்றாக உள்ளது. இதுபோன்ற மேலும் எண்ணற்ற புதிய சொற்கள், இலக்கிய வார்த்தைகள், கருத்துகள் நிறைந்துள்ள 'நனவோடை' வெற்றி பெற என்னுடைய வாழ்த்துகளைப் படைக்கிறேன்.

மேலும் சிறக்க வாழ்த்துகள்!

M. தனுஷ்கோடி, M.A., M.Phil., M.Ed.,
தலைமை ஆசிரியர் (ஓய்வு)
அரசினர் உயர்நிலைப் பள்ளி,
பட்டறைப்பெரும்புதூர்.

நன்றி

எனக்காய் என்னுடன் சகலமும் ஏற்றுக்கொண்ட நண்பர்கள்... நண்பிகள் அனைவருக்கும் நன்றி

என் தோழியாய் இருந்து, குருவாய் அனைத்தும் சொல்லிக் கொடுத்த, திரு பாலகுமாரனை அறிமுகம் செய்த திருமதி மீனா அவர்களுக்கும், மற்றும் திரு பரத் அவர்களுக்கும்...

வாழ்வின் தவிர்க்கமுடியாத தருணங்களில், என் கைகளில் வந்து எனை சீர் செய்த எழுத்துச்சித்தர் திரு பாலகுமாரன் அவர்களுக்கும் நன்றிகள் பல...

முன்னுரை

'எத்தனைகோடி இன்பம் வைத்தாய் இறைவா...' மனனம் செய்தபோது தெரியாது பாரதியை. அத்தீயைத் தொட்டவுடன் உணர்ந்துகொண்டேன், மதியா உலகில் மதிப்புடன் இருந்த புரியா பேரிலக்கியம் என்று.

கம்பன், வள்ளுவன், இளங்கோவை அறிமுகம் செய்தவன் பாரதி
யாமறிந்த மொழிகளிலே சொன்னவன் பாரதி
மனதில் உறுதி வேண்டும் சொல்லித்தந்தவன் பாரதி
காணி நிலம் வேண்டும் வேண்டச் சொன்னவன் பாரதி

நன்றிகள் கோடி உனக்கு. எவ்வளவு சொல்லவேண்டும், உன்னை எனக்குக் கொடுத்த திரு மணி ஐயா அவர்களுக்கு? தேவாரம் அறிமுகம் செய்து, கை கூட்டி அழைத்துச்சென்று பெருமையுடன் நின்ற நீங்கள் என் துரோணர்.

முதல் பாடலிலேயே முட்டி நின்ற எனக்கு,

கொக்கொக்க கூம்பும் பருவத்து மற்றதன்
குத்தொக்க சீர்த்த இடத்து.

என, வள்ளுவனை அறிமுகம் செய்து, இயல்பாய் இருக்கச் செய்த நம் முதல் பயணம் தேனியிலிருந்து சின்னமனூருக்கு... அது பேருந்து பயணம் மட்டுமல்ல, உங்களின் தேடல் நான் எனத் தெரிந்துகொண்ட தருணம். உங்களின் நீட்சியாகக் கண்டேன் கடைக்கோடியில் ஓர் தனுஷ்கோடி. இயல்பை மாற்றி கம்பனை என் காதுகளில் தேனாய் ஊற்றிய நாட்கள், நினைவிருக்கும் வரை...

புதிய நாட்களில் வயதைத் தொலைத்த நாங்கள், இருபது வருடங்களுக்குப் பிறகு மீள்வாசிக்கத் தேதி குறித்தோம். அத்துணை நண்ப, நண்பிகளுக்கும் கோடான கோடி நன்றிகள்.

இருந்த இருக்கை
இல்லா நாங்கள்

முதிர்ந்த ஆசிரியர்கள்
முதிரா நாங்கள்

காலம் கூட்டிய பக்கங்களில்
சிலவற்றை காணாமலாக்கினோம் நாங்கள்

தொட முடியா நண்பிகள்
தொடும் தூரத்தில்
எல்லாரும் தொட்டுக்கொண்டோம்
நாங்கள் தொடங்கிய நாட்களை

நாங்கள் தொலைத்த இளமையைக் கொண்ட
எங்களின் குழந்தைகள்
வருடக்கணக்கில் பற்றில்

தெரிவு செய்யும்போதே
இழக்கும் தகுதியைப் பெறுகிறாய்
படித்த தத்துவம் மனதில் கீற...
நிழலாய் தொடருவோம் என்றுறுதியில்...

எழுதேன் என என் ஆசிரியர் கேட்க...

முன்பு கிறுக்கியவை எல்லாம் பரிசுகளை வென்றன! சன் தொலைக்காட்சியின் கவிதை கேளுங்களில் வாய்ப்பளித்த...

பேராசிரியர் திரு பெரியார்தாசன்,
திரு ஈரோடு தமிழன்பன்,
கவிஞர் திரு பொன்னடியான்

போன்ற அறிவிற்சிறந்தோரைக் கண்டு, பரிசுகள்பெற வாய்ப்பளித்த திரு ஜான்தன்ராஜ் அவர்களையும் நினைவுகூர்ந்து...

ஏகலைவனான எனக்கு துரோணர்களாய் இருந்த...

திரு வைரமுத்து (பாடலாசிரியர், இலக்கியவாதி) அவர்கள்,

திருமதி பர்வீன் சுல்தானா அவர்கள்,

திரு இலங்கை ஜெயராஜ் அவர்கள்,

எழுத்துச்சித்தர் திரு பாலகுமாரன்

ஆகியோரின் பாதம் பணிகிறேன்.

பள்ளி நாட்களிலிருந்து நான் கிறுக்கிய அனைத்துத் தொகுப்பும்...

இதோ என் கிறுக்கல்களாய்...

உள்ளடக்கம்

அத்தியாயம் ஒன்று — 13

1. திருத்தங்கள் — 15
2. செல்லி பாட்டி — 16
3. அனு — 17
4. ஆர்த்தி — 18
5. நண்பன் - 1 — 19
6. நண்பன் - 2 — 20
7. ஐயா — 22
8. பாடசாலை — 24
9. எண்ணம் — 25
10. கண்ணாமூச்சி — 26
11. கனவு — 27

அத்தியாயம் இரண்டு — 29

12. விதவை — 30
13. பெருக்கல் — 31
14. நீயாகிய நான் — 32
15. ஜெயித்துவிட்டுப் போ — 33
16. 16. ஜன கண மன — 34
17. 17. இயற்கைப்பேரிடர் — 35
18. சலவை — 36
19. இயற்கைப்பேரிடர் — 37
20. எச்சங்கள் — 38
21. நினைக்கின்றேன் — 40
22. மாயம் சேரும் காடு — 41
23. மிஞ்சும் முன் — 42
24. ஒவ்வாமை — 43
25. கனவு — 44
26. காணவில்லை — 45
27. நலத்தது கேள் (நன்மை சார்ந்தது) — 47
28. எதிர்பெய்து பரிதல் — 48
29. 26. அலை பேசி — 49
30. கடல் — 51
31. நீ அவள் — 52
32. வா — 53
33. அச்சிடி சிக்கிய காகிதம் — 54
34. ஆறுகளும் மலைகளும் — 55
35. காதலும் உறவுகளும் — 56

அத்தியாயம் மூன்று — 57

36. வேலன் வெறியாட்டம் — 59
37. காரக்கூழ் — 61
38. கும்மிப்பாட்டு — 62
39. விளக்குப்பொன்னூறு — 63
40. எருமை — 64
41. கோ - மாளி — 66
42. சாத்தியம் — 67
43. சமத்துவமின்மை — 68
44. கல்வி — 70
45. உள்சிந்தனை — 72

46. மகிழ்ச்சியும் துக்கமும்	74	
47. பயமும் நம்பிக்கையும்	76	
48. கனவுகளும் ஆசைகளும்	78	
49. குழந்தை	80	
50. பண்பாட்டு பரிமாற்றங்கள்	82	
51. தன்னலம்	84	
52. சுயபரிசோதனை	86	
53. பண்பாடு	88	
54. மகா சாத்திரம்	90	
55. முற்போக்கு வாழ்க்கை	92	
56. நாகரிகத்தின் விளக்குகள்	94	
57. சாதிப்படிப்புகள்	96	
58. சமுதாய சிந்தனைகள்	98	
59. பூங்காற்றின் மகிமை	99	
60. மந்திரங்கள்	100	
61. தமிழர் கலை	102	
62. மெய்யியல்	104	
63. ஒப்பியக்கல்	106	
64. ஒப்பியக்கல் - விரல்	108	
65. ஒப்பியக்கல் - முடி	109	
66. ஒப்பியக்கல் - முடி	110	

67. சேதமற்ற இயற்கை	111	
68. நம்பிக்கையில்...	112	
69. கலம்செய்கோவே	113	
70. யாதும் ஊரே, யாவரும் கேளிர்	114	
71. பேசும் கவிதை	115	
72. ஊழ்	116	
73. என்னவோ ஏதோ	117	
74. நிழல் எனக்கு	118	
75. யாக்கை திரி	119	
76. உன் சிரிப்பில்	120	
77. யாக்கை திரி	121	
78. புதிய பாதை	122	
79. நட்பு	123	
80. புறநானூறு	124	
81. உரை நெடுஞ்சாலை	125	
82. கவிதையின் அரண்மனை	127	
83. இலக்கியத்தின் உல்லாசம்	129	
84. இலக்கியப் பெருமை	130	
85. நேற்று இல்லா மாற்றம்	131	
86. மனிதன்	132	
87. என் சொல்	133	

அத்தியாயம் ஒன்று

திருத்தங்கள்

நோன்பு கொண்டேன் -என்னில்
சில திருத்தங்கள் செய்வதற்கு
சால்பாய் அமைத்தது செய்த திருத்தங்கள்

திருத்திய திருத்தங்களை
திரும்பிப் பார்க்கிறேன்
இன்னும் சில திருத்த முடியாத திருத்தங்கள்.
¤

2. செல்லி பாட்டி

சவரம் செய்த குருவியாய்
வண்ணான் வெளுத்தச் சலவையாய்
குச்சி பொறுக்கா காகமாய்
உன்னைப் பார்த்தேன் பாட்டியே

முகம் தெரிந்த நாள் முதலாய்
முகம் திருத்தாத மூளியாய்
மூளையில் முள் முளைத்த மூடர் கூட்டம்
மூலையில் வைத்தது இந்தப் பாட்டியை

ஈரத்துணியைக் காயவைக்கும் உயரம் எனக்குப் பிரமிப்பு
கோல் கொண்டு நீ எடுக்கும் திறம் எனக்குப் பிரமிப்பு
மடி ஆச்சாரத்தை மறக்காத நீ எனக்குப் பிரமிப்பு

வெளிச்சம் குறைந்த அறை
குதிறத்தில் நெல்... விளக்கின் வெளிச்சம்
இன்னும் என் மனதில் விளங்காத
எனக்கு விளக்காய் வந்த பாட்டியே

மந்திரத்தால் திறம் காட்டிய உன்னைத்
தொடரவும் முடியாமல்
மறக்கவும் முடியாமல்
இப்படியே இருக்கட்டும்.
¤

3. அனு

சட்டென்றுகூட தொடவில்லை -ஆனால்
சகலமும் சுழன்றதடி என்னுள்
அணுவைத் துளைக்கச் சொன்ன ஔவையே
வேண்டாம் -எனக்குச் சகலமும் அனுவே...
⌑

4. ஆர்த்தி

ஆறாம் வகுப்பில் உனைக் கண்ட நாள் முதல் என்
ஆறாம் அறிவு அற்றுப்போனது

அகம் முழுவதும் வியாபித்திருந்தாய்
அழகாய் வலித்தது

உன் ஈர்ப்புவிசையினால் நானே
என்னை உடைத்து உடைத்து ஒட்டிக்கொண்டேன்

இனம் புரியா ஒரு தீ எனை
ஆரத்தழுவிக்கொண்டது

வாசிக்காத புத்தகங்களுக்கு நடுவில்
நாம் வாசிக்கக் கற்றுக்கொண்டோம்

ஆரத்தழுவிக்கொள்ள ஆசைதான் உனக்கும்
எனத் தெரியும்
நின்றோம்... சந்தித்தோம்... தகித்தோம்...
தவித்தோம்... கண்ணியமாய் தவிர்த்தோம்

'சீ... போடா' கவிதை உதிர்த்தாய்
செல்லக்கோபம் காட்டினாய்

அய்யர் சொல்லா மந்திரம்
என் மனதில் சொல்லிக்கொண்டேன்... ஆர்த்தி.
¤

5. நண்பன் - 1

என் கல்வியின் தரத்தை
சற்று சரித்துவிட்டவன் நீ

பேராறாய் நனைத்த என்னைச் -சிறு கோடிட்டு
ஓடையாய் மாற்றியவன் நீ

உன்னிடம் தோற்கும் ஒவ்வொருமுறையும்
என் தந்தையின் கைகள் என் முதுகில்
அளவெடுத்தன

என் அளவீடுகள் அறிந்தபின்
உன்னைத் தோற்றுக்கொள்ள அனுமதித்தாய்
கைம்மாறு கருதா அரசனே
 -நீ கொடியரசன்.
¤

6. நண்பன் - 2

நான் சந்தித்த
செல்வந்தன் அவன்
மண்ணின் மகனாய்,
தாழ்மையின் சின்னம்
உதவிய இதயம்,

எந்தன் பள்ளி பையைச் சுமந்து
செய்தான் நன்மைகள்
என் சிறு சிறு ஆசைகளை நிறைவேற்றி

பசித்த போதெல்லாம்
சிறு சிறு உபசாரங்கள்
அவன் தந்த உணவு
சுவைக்கு வியந்தேன்

என்னால் தோல்வியடைந்தது
சிறு சிறு சண்டைகளில்
அவனைப் புண்படுத்தி
மறுபடியும் தோழமையாக்கினேன்

காலம் போகும்போது,
நமது நட்பு மேலும் பலத்தது
இன்று அவனை மறந்து
விடாமல் நினைவு காப்பேன்
அவன் இல்லாமல் நான் எழுந்துவிட்டேன்

அவனை நாடித் தேடிக்கொண்டு
வாழ்க்கையின் வீதியில்
நினைவில் அவன் தோன்றும்போதெல்லாம்
சிரிப்பும் கண்ணீரும்
மாறி மாறி வருகிறது

வாழ்க்கையின் இந்தப்
பயணத்தில் மீண்டும்
அவனைச் சந்திக்கத் தவிக்கின்றேன்

ஏனெனில்
அவன் எனது அன்பு நண்பன்
நீங்கா நினைவுகள்
என்றும் என் மனதில்

நண்பனே
நீ மீண்டும் என் வாழ்க்கையில்
புதிய சூரியன் ஆக வருவாயா?
¤

7. ஐயா

தமிழ்த்தாய் மடியில்
எனை அறிமுகம் செய்தாய்
நீ தந்தை தாய்

திருக்குறளின் முத்துக்கள்
உன் உதவிக்கரங்களில் புனைந்தது
குறளின் அர்த்தம்
வாழ்க்கையின் கோட்பாடாய்

தேவாரம் ஓசையில்
உன் குரல் கலந்து
தேனினும் இனிய சுவையான
அமுதத் தமிழை
எனக்கு அறிமுகம் செய்தது

ஒழுக்கத்தின் வெளிச்சம்
உன் வார்த்தைகளில்
ஒளிர்ந்தது

நேர்மை, நேர்த்தி, நம்பிக்கை
நீ கற்றுக்கொடுத்த குணங்கள்
உன் அன்பு, உன் பரிவு
மனம் கவர்ந்த ஆசிரியராக நீ

எனது கல்விப் பயணத்தில்
எனக்கு வழிகாட்டிய ஒளிவிளக்காய்
உன் நெறிகளும் உபதேசங்களும்
என்னுள் மாறாத பாசமாக
உன் நினைவுகளின் செழிப்பில்

வாழ்த்தும் என் மாணவ மனம்
வார்த்தைகள் போதாது

அன்பின் ஓவியம்
உன் மீது வரைந்தேன்

உன் கற்றலின் பெருமையை
பாடிச் சொல்லும் நான்
மீண்டும் உனை சந்திக்கும் நாள்
என்று வருமோ?
¤

8. பாடசாலை

சேரும் பொழுது`ம்
பிரியும் பொழுதும்
அழவைக்கும் ஒரே இடம்.
¤

9. எண்ணம்

சுடுமோ என்றாள்
சுடுவேன் என்றாள்
சுடு என்றான்
சுட்டுக்கொண்டாள்
¤

10. கண்ணாமூச்சி

உன் அகோர முகம்
பதித்துச்சென்ற ஞாபகங்கள்
தொலைதூரக் குவியமாய்

உன் அருகாமை என்னை
அலசிக்கொண்டேயிருக்கிறது

கடல் குடித்தபின்னும் மூச்சுவிடும்
மூழ்கா நிலப்பகுதியானேன்

தெரியும் - தெறிக்கும் நட்சத்திரம்
தகவல் சொல்லி விழா

சிற்றலை நக்கி யாரும்
செத்துப்போவதில்லை

நான் செத்துக்கொண்டிருக்கிறேன்
நீ சிற்றலையில்லை

வைரமுத்துபோல்
தண்ணீரில் நனை... இல்லை
தண்ணீரை நனை

பயம் தவிர்
திமிர் கொள்

வேண்டாம் இந்த
விளையாட்டுமட்டும்
வேண்டாம்.
¤

11. கனவு

வெள்ளை அவசரங்கள் என்
போர்வை விலக்கின

செயற்கையாய் என்னை
சிறை வைத்தவர்கள் யார்?

குழம்பித் தவிக்கையில்
வந்தான் பாரதி

திரிபுகள் தவிர்
இயல்பு கொள்
தெளிவு பெறு

எழுந்துவா எனச் சொல்ல
சோம்பல் முறித்து எழுந்தேன்
கனவிலிருந்தது.
¤

அத்தியாயம் இரண்டு

12. விதவை

முன்னம் வயதில்,
தொட்டார்கள்... தரித்துக்கொண்டார்கள்
விலைமதிப்பற்ற சிற்பமே
விலை என்ன என்றார்கள்
விலை கொடுத்து கூட்டிச் சென்றார்கள்
நிலவின் மரணத்தில்
விடுதலை கொடுத்தார்கள்

தொட்டதும் தரித்ததும்
கொண்டதும் களித்ததும் பொய்
என் பின்னம் வயதில்... நான்
வாசகரற்ற வானமாய்.
¤

13. பெருக்கல்

சுழற்சியாய் கூட்டி
மறுசுழற்சியாய்க் கழித்து
இரண்டையும் வகுத்தார்கள்
இது கணிதம் அல்ல...
துப்புரவு.
¤

14. நீயாகிய நான்

காந்தமாய் வந்த காந்தியே
நீ ஏன் உண்மை தரித்து திறந்த புத்தகம் ஆனாய்

எனைப் பார்த்துச் சிரிக்கிறார்கள்
உன் பாடத்திட்டம் எதுவும் செல்லுபடியாகவில்லை
வாய்தா இல்லாமல் வசை படுகிறார்கள்

கொஞ்சம் வந்துவிட்டுப் போ
உன் புத்தகத்தை திருத்தி எழுது
செய்யாததைச் செய்ததாகச் சொல்

உனக்கும் நேதாஜிக்கும் இருக்கும் கணக்கை
சரிசெய்துவிட்டுச் செல்
புதுக்கதை எழுது
பூ பூவாய் கதை சுற்று
நார் இல்லையென்ற கவலை வேண்டாம்
உன் பெயரே இங்கு நாராய்தான் கிடக்கிறது

நீ வரமாட்டாய் -
நீயாகிய நான்
¤

15. ஜெயித்துவிட்டுப் போ

உன் இடை என் வெளி
ஏன் இந்த இடைவெளி

நீ தேவி நான் தேவன்
உன் மூச்சின் அக்னியை
என் மேல் படர விடு
கொஞ்சம் பசியாறிக்கொள்கிறேன்

இதற்குத்தானா... இதற்குத்தானா...
பதிலில்லை
வா அக்னிக்கலன்களைத் தகனம் செய்வோம்
கேள்வியாவோம்

தொடர்ந்து ஊறும் மணற்கேணி நீ
அள்ளிப்பருக வந்திருக்கிறேன்

அமுது செய்
அல்லல் செய்
ஆற்றல் செய்
அறம் செய்
ஜெயித்துவிட்டுப் போ
நானே தாழ்ந்தனன் ஆகிறேன்.
⌑

16. ஜன கண மன

மனித சமூகம்
மனதின் அழுக்கால்
அத்துணை கருத்துகளையும்
அழுக்காக்கிவிட்டது
அக்னிக்கு இரையாக்கினாலும் தவறில்லை

ஒளவையே
நீ புதிதாக சமை
கொள்வார்களா
தெரியவில்லை
இவர்களைக் கொல்லும் வழியும்
புரியவில்லை

வா இருவரும் பாடுவோம்
ஜன கண மன
¤

17. இயற்கைப்பேரிடர்

நீ எனைப் பார்த்துச்செல்லும் பயங்கரவாதத்தை
இன்றுடன் நிறுத்து
போர் நிறுத்த உடன்படிக்கை செய்வோம்

உன் தீண்டலின் தீவிரவாதத்தில்
சொல்லத் தெரியவில்லை
யாரோ என்னில் ஏதோ ஒன்றை
உருவிக்கொள்கிறார்கள்

இதயப்பரிமாற்றத்தில்
ஓர் இயற்கைப்பேரிடர்
நிவாரணம் தா.
¤

18. சலவை

உன் இதழால்
நீ வரைந்த கவிதையெல்லாம்
கிறுக்கலாய் என் மேல்...

மீண்டும் வா
உன் இதழாலே
சலவை செய்துவிட்டுப் போ.
¤

19. இயற்கைப்பேரிடர்

பதிவுத்தபாலில் பத்திரமாய் அனுப்புகிறேன்
என் இதயத்தை
பெற்றுக்கொண்டவுடன் பதில் அனுப்பு
விருப்பமில்லை என்றால்
திருப்பி அனுப்பு... திருடர்கள் ஜாக்கிரதை

                         -- ...பழையன கழிதல்

அலைபேசியில் அனுப்புகிறேன்
அழைப்பைப் பெற்றுக்கொள்
மறுத்தாலும் அனுப்புவேன்
நீ பெற்றுக்கொள்ளும் வரை

                         ...புதியன புகுதல்

¤

20. எச்சங்கள்

சிதைந்த தூக்கம்,
சந்தோசம்,
விழைந்த புறவொடு,
விதியின் குறியீடு.

கழிந்த சுவாசம்,
காலத்தின் சிதைவு,
அலைந்த அனுபவம்,
அதிகாரங்கள் விட்டவை.

அழிந்த நொடி,
அருவியின் கசிவு,
எதிர்வினையின் கனவு,
எதிர்வரும் நெருப்பு.

நிலையின் மாசம்,
நின்ற நிலைகாணல்,
இழந்த இடங்கள்,
இயல்பின் தழும்பு.

மறைந்த ஆராய்ச்சி,
மலரின் பின்விளைவுகள்,
நெஞ்சின் நிழல்கள்,
நிலவின் துவக்கம்.

மாதரித்தச் செழிப்பு,
மலர்ந்த நிழல்,
செயல் தற்காலம்,
சிறுமைச் சிதைவு.

அழிவின் அஞ்சல்,
அடிவாரின் சபை,
எழுந்த நினைவுகள்,
எந்த நேரம்தான்.

பாகம் பயணம்,
பார்வையின் பொறுமை,
நகரின் குறியீடு,
நெடுமுனை கவிதை.

மொலையும் நிலை,
மழையின் அசை,
தொலைந்த கனவுகள்,
தோன்றிய வலி.

உருகும் வாதம்,
உணர்த்தும் பாமரர்,
வழிபட மாசு,
வலியோ மின்பம்.
♮

21. நினைக்கின்றேன்

பூமியின் அழகைக் கண்டு
அதில் வாழ்வதை நான் அறிந்தேன்
காற்றும், நீரும், மண் மலைகள்
அவள் அழகினை மறக்க முடியாது

உலகை அறிந்து அதில் பார்த்து
அதன் அழகை மகிழ்ந்து அளித்து
உன்னை மறக்க முடியாது
உன் அழகில் நான் வாழும் காலமாக
நினைக்கின்றேன்.
¤

22. மாயம் சேரும் காடு

அடைகாத்த ஆசையைக் கொண்டு
அன்பே அறியாத மனம்
உன் காதல்போல் அழகும்
உன் அழகே என் உணர்வு
காதல் பறக்கும் அக்காலத்தில்
உன் கண்கள் என்றும் நெஞ்சில்
அடையாத ஆசை என் உறவில்
அறியாத உணர்வு என் மனதில்
உன் அழகை நான் பார்த்து
உண்மையான உறவில்
அடையாத ஆசை என் உணர்வில்
உன் காதல் என்று அடங்கும் கனவு.
¤

23. மிஞ்சும் முன்

திறக்காத காட்டுக்குள்
அழகான மரங்கள் நடக்கும்,
அந்தம் காட்டுக்குள்
பற்கள் கூர்ந்து பார்வையிடும்.
திறக்காத காட்டின் உச்சங்கள்
பகைவர்களைப் பிரிக்கும்,
அந்தம் காட்டுக்குள் செல்வம் மிஞ்சும் முன்.
திறக்காத காட்டின் மீது
புகழ் சிறுத்தியம் பூண்டு,
அந்தம் காட்டுக்குள்
சாத்தியம் புகழும் போது.
திறக்காத காட்டில் நான்
என் மனம் படைக்கும்,
அந்தம் காட்டுக்குள் அழகு படைக்கும் காடு.

அடைக்காத காட்டின் அழகை,
புதுக்காத மேகங்கள் மலர்ந்து,
அதிகமான வாழ்க்கை அற்புதமாக,
படுக்கையில் நீங்கும் பாசம்.
மந்திரமான இருள் உலகில்,
காட்டின் மரங்கள் பூமியை சீராக,
அமைந்து அழகில் நெகிழ்ந்து,
நடக்கும் அருகில்
நின்று நிற்கும் பூமி.
காட்டின் இயல்பில் உள்ளே வாழும்
பலர் அற்புதமான கனவுகள்,
திறக்காத காடு கொண்டு,
அனைத்து உயிர்களும் வெளிவந்து நிற்கும்.

24. ஒவ்வாமை

துகிலுறியமுடியா மீன்
உன் கை பட்டு புகுந்த குளத்துக்குக் காய்ச்சல்
என்னையும் தீண்டேன்...
விரலால் வேண்டாம் விழியால் போதும்
காய்ச்சல் எனக்கு ஒவ்வாமை... காதலில்லை.

தகவல் அறியும் உரிமைச் சட்டம் இங்கு இல்லை
இருந்தாலும் தாழ்பாள் போடும் எண்ணம் இல்லை
எழுதப்படாத பக்கங்கள் சொன்னது
நான் கொலைகாரனென்று...
எழுதப்பட்ட பக்கங்கள் என் எதிரில்.
¤

25. கனவு

பனித்துளி அறிந்த வித்தை
புல்லே அதற்கு மெத்தை

உறக்கம் அறியா உறங்காச்சூரியன்
உதைத்து எழுப்புகிறான்

திறந்த வானத்தில் எனை ஏற்றுங்கள்
அவியாச்சூரியனை அழைத்து ஒன்று சொல்லவேண்டும்

உறக்கம் வரம்
உனக்கும் வரும்
சுற்றும் பூமியில் உமிழ்தலாய் வா...
உறக்கமாய் இரு...-
இயலாதெனில்
மீண்டும் வா
இயற்கையை சொல்லித்தா...
இயற்பியலை அள்ளித்தா
இயங்கா வண்ணம் இருக்கும் பொருட்டு
என்னை ஆதிவாசியாய் மாற்றிவிட்டுப்போ.
♮

26. காணவில்லை

பிச்சைக்காரன் வந்தது,
பிரமிக்கையோடு,
சிறந்த சந்தோஷம்,
சிரிப்பு உடன்.

குடுகுடுப்பான்,
குறிகள் கூறினான்,
காலம் மாறியது,
காற்றில் மறைந்தது.

காய்கறி விற்பனை,
காலை சந்தோஷம்,
குடும்ப வசதி,
கண்மணிச் சோறு.

நகைச்சுவை நிலை,
நெஞ்சத்தில் பேறு,
நகரம் வளர்ந்தது,
நிலைக்கு நெஞ்சு.

காலம் மாற்றியது,
கனவுகள் போய்விட்டது,
கடவுளின் வரம்,
கருமம் மாறியது.

பழைய நினைவுகள்,
புகழின் இனிப்பு,
பூங்காற்றின் இசை,
பொங்கலின் சுவை.

நினைவில் இழப்பு,
நகரம் வளர்ச்சி,
நேசமான சந்தோஷம்,
நிறைவான வாழ்வு.

ஊரின் கவிதைகள்,
உலகத்தில் இழப்பு,
அழிந்த பழைய நாட்கள்,
அறவையில் கனவுகள்.

காலமின்றி சோகம்,
காணொளியில் நினைவுகள்,
பிசைவோடு விட்டது,
புதிதாகக் காணொளி.
¤

27. நலத்தது கேள் (நன்மை சார்ந்தது)

நன்மையின் மந்திரம் கேட்போம் நல்
சொல்லொடு நெறியாய் செல்வோம் - -துன்பம்
விலகி நிம்மதியா வாழ்க்கை விளங்கிட,
அறமும் வழிவகை தந்து.
¤

28. எதிர்பெய்து பரிதல்

என் முதல் வெஃகல் நீ
என்னுள் நடந்த ரசாயன மாற்றம்
எனை வெளவல் செய்த நீ
என் கருத்து காதல்
நடவு பயிலவில்லையா நீ
தொலைத்தவன் நான் நானாகவே...
இறலா விறலா எதை ஈணுவாய் நீ
என் நாய் கருதுகொண்டு உன்நா கேட்கிறேன்
விறலும் இறலும் சேர்த்துக் கொடு
விடியல் வரும்முன் வாழவிடு
வாழ்வாய் நீ வந்துவிடு.
¤

29. அலை பேசி

ஜன்னல் இருக்கையின் மகத்துவம் அறியா மண்டூகங்கள்
தலை கவிழ்த்துக்கொண்டன அலைபேசியில்

என் மேனி முழுவதும் நெருடலின் நெருப்பு
அவஸ்தை அறியா ஆரறிவாளன் எங்கும் தொடுகிறான்
எனக்கோ பயிர்ப்பு

காதைக்கொடு... காரணம் சொல்கிறேன்.

படித்தும் மடித்தும் கிழித்தும்
பாதுகாத்த நாட்களின் ஞாபகங்கள்.

நாட்கள் முழுவதும் கையில் வைத்திருந்து
புதிய நாளை அறிமுகப்படுத்தி
பயணித்த நாட்களை பத்திரப்படுத்தி

அனைவரும் பயன்படுத்தும்
அனைத்து நாட்களையும் கொண்டுவந்து

அன்றியும் மென்மையாய் வெட்கப்படுத்திய
நாட்காட்டி, காலம் மறைந்த நாளாய்,
பயன்பாட்டை அழித்த என்னை நான்
சந்தித்துக்கொண்டிருக்கின்றேன்.

கணக்கில் பொருள் வெல்லும் நிலையை
நன்றாகப் பயன்படுத்தும் ஓர் அணியின் பொருள்
ஒரு நொடியில் அமையும் சிறிய அறிமுகம்.

நடுக்கணக்கில் பயன்படுத்திய நாட்கள்
சற்றே மறந்துவிட
என் குறியீடு அலட்டிவிட்டது
அதன் இருக்கையை அழித்துவிட்டது
என் செயல்கள் அதன்
கடவுச்சொல்லை அழித்துவிட்டது

தொலைந்ததுபோல் தொலைந்த பொருள்
கிடைப்பதில்லை

என் இதயத்தை இத்துடன் நிறுத்திவிடு
சவப்பெட்டிக்குள் எனைஸ் சமைத்துவிடு

ஜன்னலின் ஆடையைச் சற்றே சரி செய்
சற்றே தலை நிமிர்
குளிர்காற்று வாங்கு
ஆழமாய் சுவாசி
அதிகமாய் நேசி
சுகம் துய்.
¤

30. கடல்

எப்பொழுது தோன்றினாய் ?
எதிர்காகத்தோன்றினாய்   ?

உம்மை உண்மையை உள்ளிழுக்க சொன்னது யார் ?

குமரியை குடித்த குமரியே
உன் குடியை கொஞ்சம் நிறுத்து

உன்னில் பயணித்து கிட்டாது போன எட்டாத வானமாய்
எங்கள் வரலாறு..

குடித்து செரித்த வரலாற்றை
மீள்வாசிக்க தா...

ஒவ்வொரு முத்தத்திலும்
மரணம் கொடுக்கா சிற்றலையை பிரசவிக்கும் நீ
மரணித்த பக்கங்களை படிக்கத்தா
¤

31. நீ அவள்

மை எழுதிய விழி தேடி
மயக்கம் தான் மிச்சம்..
கருவிழி கழட்டுகிறாள்
நீலவிழி பூட்டுகிறாள்
கருநீலப்புகை இல்லை அது அவள் சிகை
உள் ஒன்று வைத்து புறம் ஒன்று காட்டுகிறாள்
எனை புறமுதுகிட்டு ஓடச்செய்கிறாள்
என் விழியின் திரவம் வற்றிபோகத்தேடினாலும்
நீ அவள் இல்லை...
¤

32. வா

தொடர்வண்டியில் தொடும் தூரத்தில் நீ
தொடமுடியா
இடத்தில நான்

நடவண்டியின் நாட்களில்
கிடந்ததும்
நடந்ததும்
நடந்த
நடவடிக்கை புரியா ஓர்
உடன்படிக்கை

தொடர் பயணத்தில்
இடர் இல்லா நகர்வுகளில்
இடங்கொன்னா ஆனந்தம்

இடம் வலம் அறியா
இடகலையில் நான்
வடகரையில் வந்ததும் காணாமல்
கடந்ததும்

உடல் கொண்ட உயிரின்
மடல்..
கடல் கொண்ட அலைபோல்
தேடல்

இடைவிடாது
இடைமறித்த பணவீக்கம்

இடர் இருவாழ்விக்கு மட்டுமல்ல
இடம்பெயரா பலவாழ்விக்கும்தான்

குந்தாணி வைத்திடித்த குறுநெல்லே
குத்தா ஆணியாய் குதித்து வா
¤

33. அச்சிடி சிக்கிய காகிதம்

பின்னம் தொட்டு அழைத்து
கன்னம் இழைத்து சில இழைகளாய் தொடல்கள்-திருப்பினாய்:
உன் முன்னம் பார்த்து
பின்னம் ஆனேன் : - சற்றேறக்குறைய சறுக்கிச்சென்றேன்

அகழ்வாராய்ச்சியில் அகப்படா
வட்டடுக்கு பதித்த மெல்மிதவை

மிதந்து மேலெழுகையில்
தலையில் குட்டியது
இருபெயரொட்டுப் பண்புத்தொகை

வேகமாய் வழுக்கி செல்கையில்
நேர்கோட்டு விகிதக்கணக்கில் அச்சாகி
தலைக்கீழ் விகிதகலால் பிரசுரமானேன்
வெள்ளை காகிதமாய் இருந்த நான்
⌑

34. ஆறுகளும் மலைகளும்

என் குழந்தைப் பருவத்தில்
ஆறுகள் ஓடின குதூகலமாய்
மலைகள் எழுந்தன உயர
உயரமாக கடல்சார்ந்த கண்ணியமாய்
நீல வானமெல்லாம் நதிகளின் சின்னங்கள்
மலையின் உச்சியில் மேகங்கள் போர்வை போர்த்தின
தொட்டில் ஆடிக் குழந்தைத் தினங்கள்
நீராடிய காற்றினை பழைய நட்பு போல
சிறு சிறு வெள்ளம் பாய்ந்தது மனதில்
புலரிக்காலத்து பனிப்பொழிவின்
மென்மையிலும் பூக்களாகிய மலையடிவாரங்களில்
மணம் வீசின
இன்றோ, எனது பண்டைய காட்சிகள் களையுண்டு போயின
ஆற்றங்கரை வறண்டு மலைகள் வெற்று கானல்கள் ஆகின
பதிலின்றி புலம்பும் பறவைகள் மரங்கள் வாடி நெஞ்சில்
தூய்மையான நீரின் நிழல்கள் மட்டும் மடியிலே மிச்சமாய்
காலத்தின் மாற்றத்தில் தாய்மைத் தாய் பூமி மாறின
அந்த பழைய அழகிய நிலவினைக் காணவே கண்ணீர்
கொட்டினேன்
பழமையான நினைவுகளும் இயற்கையின் அன்பும் பதிவில்
மறைந்து போகாமல்
காப்பதற்காய் பாடுவேன் நான்
தூரத்தில் எங்கேனும் இன்னும் ஓடுகிறதா அந்த நீர்?
உயர்ந்து நிற்கிறதா அந்த மலைகள்?
மாறாத பாசத்தின் நினைவுகளாக காத்து நிற்கும்
என் கவிதையின் வார்த்தைகளில் அவை உயிருடன்
வாழ்கின்றன.

¤

35. காதலும் உறவுகளும்

நீல வானத்தில் மேகங்கள்
சிதறிய காலைப் பொழுதில் எந்தன் மனம் நொந்தது

அதன் பிறகு வந்தது உன்னோடு
ஏற்பட்ட முதல் சந்திப்பு
புதுக்கடலின் அலைகள்
அலைபாய்ந்தது என் உள்ளம்
உன் கண்களில் தொலையும் அன்பின் சிறு துளி
உறவுகளின் பாசத்தில்
நெகிழ்ந்தது நம் வாழ்வு
சின்னச் சின்ன சந்தோஷங்கள்
பெரிய கனவுகளாய் வளர்ந்தன
பெரிய உலகின் சிறு கோணங்களில்
தொட்டில் ஆடிப் பிறந்த குடும்ப உறவுகள்
காதலும் உறவுகளும் கண்ணீர் சிந்தும் நேரத்தில்
மறைந்து போகாமல் ஒட்டிப் பிடிக்கும் பட்சம்
கனவுகளின் தூண்களில் அமைந்தவைகள் நம் உறவுகள்
அன்பின் காற்றில் அசைந்தாடும் பூக்கள் போல உறவுகளும்
இணைந்தது நம் காதலோடு
இன்று நம் வாழ்க்கை காதலின் வெளிச்சத்தில் பிரகாசிக்குது
உறவுகளின் அன்பு காத்திருக்கும் நம் காதலின் பாதையில்
என்றும் உயிருடன் வாழ்த்தும் நம் உறவுகளும் காதலும்.
¤

அத்தியாயம் மூன்று

36. வேலன் வெறியாட்டம்

வேலன் வெறியாட்டம் -
முன்னோர் பாரம்பரியம்
இன்று மாறி நிற்கிறது,
ஆளுமை அசைவில்
அரசியல் வழிபாடு பிறந்திருக்கிறது.
வேலனின் வீரத்துக்கு
மாற்றாய் பணம்கேட்டு வெறியாட்டம்,
நெஞ்சில் சிந்தனையின் களவாட்டம்,
நிம்மதியை நிலைகொள்ளாத நட்பு நாடகம்.

சில்லறை பணம் சுழன்று
வீணான கொள்கைகளில் வெறியாட்டம்,
 வெற்றியின் பாதை நீண்டுகொண்டே போகிறது,
நம்பிக்கை கொண்டாடும் பொய்யின் வேடமாய்.
வீரத்தைத் தேடி வந்தோர்
பணமதிக்க மாறின,
நெஞ்சில் பிழம்பு விடாது
பொருள் சிந்தையில் ஆடின.
வழக்கமான வாழ்வின்
போக்கில் நீங்கா நிழலாக நின்று,
வேலன் வெறியாட்டம் வீணாகி விட்டது,
ஆளுமை அடிமைகள் அதனை தின்றுவிட்டது.
காணும் கண்கள்
காணாமல் மறைந்தது
நெஞ்சின் உண்மை,
அரசியல் வெறியாட்டம்
அசைவுடன் அசைக்கின்றது,

அடியெடுத்து நடக்கும்
வழியில் அறம்
மறந்து போகின்றது.
வேலனின் பெயராலே
பொய்கள் பல பேசுகின்றனர்,
வெறியாட்டம் எனும் பெயரில்
வீணான நாடகம் நடத்துகின்றனர்,
உண்மையில் அதன் உள்ளம்
களவாடப்பட்டுள்ளது.
விழித்து நமக்குள்
நாம் செய்யும் வெறியாட்டம்,
மனசாட்சி மாறாமல்
நெஞ்சில் நிற்கும் நிழல்,
வேலனின் பெயரால்
வெற்றி காண நாம் துடிக்கின்றோம்.
வாழ்வின் போராட்டத்தில்
வெற்றியின் வேலாய்,
நெஞ்சில் நம்பிக்கையின்
வெற்றியால் மீண்டும்
காணவேண்டிய நாடகம்,
வேலன் வெறியாட்டம்
மெய்ப்பொருளாய், நிஜமாக.
¤

37. காரக்கூழ்

காலையில் காரக்கூழ்,
என் முன்னோர் கைவண்ணம்,
இன்று மாறிப் போயின,
மற்றொரு கைவண்ணம்.

கூழுக்குள் கலந்தது,
கவர்ந்திழுக்கும் ரசாயனம்,
பசிக்குத் தீர்வு எனும்,
பொய்யான உணவகம்.

நீராட்டம் வழிகாட்டி,
நேர்த்தியில் நமக்காயின,
தாயின் கை நுகரும்
பச்சமண பூஜியம்.

விற்கும் கல்லுறையில்,
விழுந்து போகும் ரசம்,
பேசும் கம்பளிப்பொதி
படக்கூடிய பசியம்.

வழிப்போக்கர் கைகளில்,
வாழ்வை வென்றதாய்,
கூழுடன் கடந்து செல்லும்,
பொய்யான பாதையை.

தாயின் அன்பு மறந்தோம்,
தடம் மாறிப் போனோம்,
காரக்கூழின் வெள்ளத்தில்,
பொருளைத் தேடி நழுவினோம்.
¤

38. கும்மிப்பாட்டு

பிரசவத்தின் பாசத்தில்,
கும்மிப்பாட்டு குரல்,
இன்று மாறிப் போயின,
கம்பியடிக் குரல்.

தாயின் மெல்லிசையும்,
தாலாட்டு முழக்கம்,
பழையன பொழுதுகளில்,
பார்க்க முடியாதது.

ஆர்த்தி செய்யும் குரலில்,
அசைந்தாடும் மந்திகள்,
மாறி மாறி பேசும்
விளையாட்டு வீரர்கள்.

வீட்டில் அம்மாவின் மடி,
வீடு நிழல் தந்தது,
இன்று மாறி போனது,
வீடு விஞ்சிய குடில்.

கும்மிப் பாடலின் கனவில்,
குழந்தையின் விழிகளில்,
சிரிப்புகள் வீசுகின்றன,
மழலைச் சிந்தையில்.

வாழ்க்கை நிம்மதியாய்,
அன்பு கொண்டாடும் நேரம்,
கும்மிப் பாடலில்,
வாழ்த்துக்கள் முழக்கம்.
¤

39. விளக்குப்பொன்னூறு

விளக்குப்பொன்னூறு கையில்,
விழுதுகள் நனையின்றி,
மாறி மாறிப் போனது,
மாறி மலரும் யுகம்.

பொன்னூறு என்றால்,
பொருள் காணாது மாறி,
அணிகலன் வேண்டுமென,
ஆசையில் விழுந்தோம்.

கைகளில் பட்டங்கள்,
கண்களில் பசியம்,
விளக்குப்பொன்னூறு தரும்
வாசனை மாறிப் போனது.

புத்தாண்டு வாழ்த்து,
பொருளாதாரம் மட்டும்,
விளக்குப்பொன்னூறு மறந்து,
விழுப்புணர்வு தொலைந்தது.

அதிகாரம் தேடி,
அறம் மறந்து,
விளக்குப்பொன்னூறு மாறி,
விலைவாசி என மாறின.

விழிப்புணர்வில் மட்டும்,
விளக்குபோற்றி இருந்தால்,
வாழ்க்கை ஒளிமயமாய்,
வாழ்வு வளம் கொண்டது.

வாழ்க்கை வெற்றியின் மேல்,
விளக்குப்பொன்னூறு கொண்டு,
அறத்தின் வெளிச்சம்,
அழகிய உவகையாய்.
¤

40. எருமை

பாலை நிலத்தில்
பசும்புல் தேடி
வீதி வலம் வரும்
எருமையின் நடை

சிலந்திப் பொழுதில்
நெஞ்சில் படர்ந்த
நாட்குறிப்பின் கதை
காட்டும் அசைவில்

நெஞ்சில் பசுமை
மனதில் குளிர்ச்சி
அவளின் கண்களில்
காணும் மென்மை

வீதி வழி செல்லும்
காலடியில் மண்ணின்
நினைவுகள் பதிந்து
விழுது காணும்

தீராத பசியில்
திடீரென நின்று
தலை கீழாய்
பசும்புல் காணும்

அவள் மேல் ஏறிய
நெகிழ் நாணல்
பசும்புல் கிடைக்க
முன்னே செல்கிறது

ஏதோ தூரத்தில்
விழியின் நடுவில்
மின்னும் விழிகள்
விழா கொண்டாடும்

நடை நடக்கும் போது
வீதி வழியில்
மழலைக் குரல்களில்
சிரிப்பு விரிக்கிறது

மாடுகளின் உலகில்
மாண்பின் சின்னம்
மாறாத பெருமை
எருமையின் நடையில்

காலங்கள் மாறினாலும்
மண்ணின் பாசத்தில்
விழியின் வெளிச்சம்
விழி பதிக்கும்.

நடையின் அழகில்
வெளிச்சம் காட்டும்
எருமையின் கதை
நெஞ்சில் வாழ்கிறது.
¤

41. கோ -மாளி

நித்திரையில் பயணித்தேன்
அத்திரியில்
நான் கோ

பெண்கொலை புரிந்த நன்னன் அல்ல
நன்னன் செய் நன்னன் அல்ல
நான் கோ

துளிராய் தளிராய்
இலையாய் பழுப்பாய்
சருகாய் வேடம் கொண்டேன்
நான் கோ

நான் மொத்தமாக பின்னாளில்
இருப்பதினால்
உலகம் என் பெயர் சொல்லியது
கோவுடன் மாளியைகொள்கவென்று
¤

42. சாத்தியம்

நேற்றின் நம் நேரங்கள்
விட்டுச்சென்ற மிச்சங்கள்
மூச்சு முட்டும் அளவிற்கு
என் மூச்சுக்குழல் முழுதும்
உன் வாசம்

பௌவத்தின் மிதத்தலில் மௌவ்வல்கள்
மெல்தழுவல் சாத்தியம்
⌑

43. சமத்துவமின்மை

நிழலற்ற மரம் போல
நகரத்தின் நெஞ்சில்
நடந்து செல்லும் ஏழ்மை,
காற்றிலே ஒலிக்கும்
பசிதீர் குரல்.

அடிக்கடி நகரும்
வாழ்க்கையின் வினை,
மண்ணில் விழுந்து போன
வாழ்வின் நிழல்,
அழியாத துன்பம்,
அழகற்ற சுவாசம்.

பாதையில் புரளும்
பணத்தின் ஒலி,
வழியெடுத்து செல்லும்
வெற்றியின் மிதி,
ஆனால், அந்த பாதையில்
அவசரமாக ஓடும்
சமத்துவம் இல்லை.

பெருமை கொண்ட
அணிவகுப்பின் நடையில்
மறைந்து போகும்
கைசெய்யும் கை,
தட்டுப்பட்ட உதிரிப்பூக்கள்,
வீதி வழியில்
தள்ளாடும் மனிதர்.

நிலைகள் மாறுகின்றன
நிலையற்ற வாழ்க்கையில்,
பணத்தின் பாதையில்
பாயும் வெள்ளம்,
ஆனால் ஏழையின் கண்கள்
நீராய் சுழல்கின்றன.

சமத்துவம் என்பதோர்
நீண்ட வெள்ளம்,
ஆனால் அது காணும் போது
பிரதிபலிக்கும் நிழல்,
வெற்றியின் சாயலில்
மரபுகள் மாறினாலும்
மனிதரின் நிலை மாறாமல்
மறைந்துகொண்டிருக்கும்.

நிழலற்ற மரம் போல
நகரத்தின் நெஞ்சில்
ஏழையின் குரல்
அலைகடலாய் ஒலிக்கும்,
ஆனால் அந்த ஒலியில்
பதிலில்லை, நிம்மதியில்லை.
♮

44. கல்வி

கல்வி என்ற சூரியன்
கதிர்கள் வீசும் பொழுது
வாழ்க்கையின் இருட்டில்
ஒளி பரப்பும் மானுடம்.

நுண்மையாய் மூடிய
அறிவு கதவுகளைத் திறந்து
வெளிச்சத்தை காண்பிக்கும்
வித்தியாசத்தின் வழி.

கையிருப்பில் இருந்த
குழந்தையின் கனவுகள்,
கல்வியின் மெல்லிய
கைத்தடத்தில் முளைத்தது.

அறிவுக் கொடியில்
அகிலம் சுற்றி,
காலம் தாண்டும் போது
வெற்றியையும் பெற்றது.

வாழ்க்கை என்பதோர்
வெளிச்சம் நிறைந்த பயணம்,
அதில் கல்வி என்ற
வாயிலில் நுழைய,
சுதந்திரத்தின் நிலவுகள்
பாதை காணும்.

நேர்மை என்பதோர்
தடம் தாண்டிய
நிரந்தரமான மானுடம்,
அதை உணர்த்தும் கல்வி
தருகின்றது நம் உள்ளம்.

அறிவு செழிக்க,
மண்ணில் விதை போல
விதைக்கும் கல்வி,
அதைப் பயிராக்கும் போது
சாதனைகள் மலர்கின்றன.

அன்பும் ஆசையும்
அறிவோடு இணைந்து
வாழ்வில் வெற்றியாம்
வேலையை நெறிப்படுத்த,
கல்வி என்ற வெள்ளம்
பாய்ந்து சென்றால்
நம் வாழ்வில் கதிர்களை
அறியாதவர் இல்லையென்று
⌑

45. உள்சிந்தனை

நினைவின் ஓசையில்
நிழலாய் வரும்
உணர்வுகளின் பெருங்கடல்,
அலைகடலாய் கொந்தளிக்கும்
சில நேரங்களில்,
தொலைவெளியில் காணப்படும்
உள்ளார்ந்த சிந்தனைகள்.

சிந்தையின் அலைகள்
மிதக்கின்றன மனதில்,
நொடியில் மாறும்
உணர்வுகளின் நிறத்தில்,
ஒவ்வொரு அசைவும்
ஒளிந்திருக்கும் உண்மையை
கனவாய் காட்டி
மறைவதாய்.

அருகில் காற்றின்
மெல்லிய சப்தத்தில்,
மெல்லிய வலியை
உணர்த்தும் சில நொடிகள்,
தொலைவில் தெரியும்
மௌனத்தின் மொழியில்
குரல் கேட்கும்
உள்ளார்ந்த சிந்தனை.

அழகாய் மலரும்
மனத்தின் மலர்களில்,
சரிவுகளின் நிறத்தில்
சலசலக்கும் சில உணர்வுகள்,
அது காணும் போது
கனவுகள் மெல்ல
சிதைந்திடும் போது
பிரதிபலிக்கும் சிந்தனைகள்.

விழிகள் பேசும்
மௌனத்தின் மென்மை,
அதை வழியெடுத்துச் செல்லும்
உள்ளார்ந்த கற்பனைகள்,
வெளிப்படாத உணர்வின்
உள்ளூறை நிழல்கள்,
அதை உணர்ந்து
வாழ்த்தும் சில தருணங்கள்.

உணர்வுகளின் பேரிலே
உலகத்தைத் தாண்டி,
உள்ளார்ந்த சிந்தனையில்
உண்மையைத் தேடி,
வாழ்வின் வெற்றியின்
விழிகளில் நிழலாக
வேரூன்றும் சிந்தனைகள்
உணர்வுகளை உலுக்கும்..
⌑

46. மகிழ்ச்சியும் துக்கமும்

நறுமணப் புன்னகையில்
நடந்தெறியும் மகிழ்ச்சி,
அழுகிய இலைகளின்
ஆழ்மனக் குரலில்
துளிர்விடும் துக்கம்.

வானத்தின் முகவரி இல்லை
தொலைவில் நிற்கும் சிரிப்பு,
குளிர்வானத்தின் ஓசையில்
வீழ்வதை நினைத்து
மௌனத்தில் மறைந்து விடும்
துக்கத்தின் கானம்.

மதியம் பரிதியின்
வெளிச்சத்தில் குளித்தால்
மனதில் வளரும் மகிழ்ச்சி,
மாலையின் இருள் நிழலில்
தொலைந்துப்போன ஆசைகள்
துயரத்தின் சிறகை விரிக்கும்.

பிறகு நிசி வரையில்
மணலும், மழையும்
மாறிக்கொண்டே இருக்கும்,
உலகின் இரண்டாம் முகம்
துருவத்தில் நிற்கும்
மனசாட்சியின் நிறங்கள்.

சிறகு முடித்து விழும்
சில நொடிகள் மட்டும்

வெற்றியாய் தோன்றும்
மகிழ்ச்சியின் மௌனம்,
ஆனால் திரும்பிப் பார்க்க
மலர்வதா என்று கேட்கும்
துக்கத்தின் வரிகள்.

காட்டாற்றின் கரையில்
தொலைவில் கீறிய
கனவுகளின் ஓசையில்
கல்லில் பதிந்திருக்கும்
சிறு சிந்தனையின்
கலவைதான் துயரமும்
மகிழ்ச்சியும்.

காற்றின் வீசலில்
குளிர்ந்தோடும்
நொடிகளின் நிழலில்
நினைத்துப் பார்க்கும்
வாழ்க்கையின் கீறல்கள்
அருகில் தோன்றும்
மகிழ்ச்சியின் மௌனத்தை
துயரத்தின் தீவில் வீசும்.
¤

47. பயமும் நம்பிக்கையும்

கடலில் கொந்தளிக்கும்
காற்றின் பயம்,
அலைகடலின் நெஞ்சில்
அமர்ந்திருக்கும் நம்பிக்கை,
வாழ்க்கையின் சுழலில்
நடக்கும் நாடகம்.

அரவாரம் நிறைந்த
அழைப்புகளில்
அலையும் மனம்,
நெருங்கிய நிழலில்
நிம்மதியை தேடும்
நம்பிக்கையின் சுகம்.

மறைவில் கிடக்கும்
பயம் என்ற குரல்,
நொடியில் ஒலிக்கும்
சிறகுகள் விரித்து,
அழிவதற்குள் ஓடி
அலை மோதும் நிமிடம்.

பெரும் காட்டின் நடுவில்
படர்ந்திருக்கும்
பயத்தின் நிழல்,
அதில் முளைத்த
வேர்களின் தீவிரம்
நம்பிக்கையின் நெஞ்சில்
வளர்ந்து நிற்கிறது.

கருங்காற்றின் கொந்தளிப்பு
கடக்க வேண்டிய
பயத்தின் சிறகு,
பின்பு வரும்
வெள்ளியின் ஒளியில்
நடக்கும் நம்பிக்கையின்
நிசி ராகம்.

மறைந்திருக்கும்
முன்னோடி பயம்,
விரலின் தடத்தில்
தெரியும் நம்பிக்கை,
விழியிழையில் பதிந்த
வெளிச்சம் போல.

வாழ்வின் நதியில்
வீழ்வதை எண்ணும்
பயத்தின் பாதையில்
முடிவடையும் பயணம்,
ஆனால் நெஞ்சின் மூலையில்
வெளிச்சம் தரும்
நம்பிக்கையின் கதை.
¤

48. கனவுகளும் ஆசைகளும்

நிழலின் பின்னால்
நிலா வட்டம் போல
மறைந்திருக்கும் கனவுகள்,
விழியில் விழுந்து
விளங்கும் சித்திரங்கள்,
மௌனத்தின் மொழியில்
மலர்வது.

மண்வாசனை கொண்ட
மலர்கொண்ட ஆர்வம்,
வானத்தின் விளிம்பில்
விடியலை ஏங்கி,
விண்ணில் விழுந்து
வெளிச்சம் தேடும்
கனவுகளின் சிறகு.

ஆசைகள் பறக்கும்
பறவையின் வெற்றி,
வானத்தின் கால் நிழலில்
பதிகை எழுதும் சிந்தனைகள்,
காற்றின் கிளை பிடித்து
விழும் கனவுகள்.

சிறகுகள் விரித்து
சேர்த்துக் கொள்ளும்
வானம் நிறைந்த
வாழ்க்கையின் அன்பு,
நடுவில் நிற்கும்
நிலவின் ஒளியில்
கனவுகள் கோடி.

ஆகாசத்தில் பதிந்த
வெற்றியின் சித்திரம்,
அந்த சித்திரத்தின்
நிழலில் விரியும்
ஆசையின் விளிம்புகள்.

வாழ்க்கையின் வார்த்தை,
வெளிச்சம் தீண்டும்
கனவுகளின் பேரில்
காற்றை விரட்டும்
ஆசையின் பயணம்.

வானத்தின் நிழலில்
விழி பார்த்து நின்ற
கனவுகள் ஆறாமல்,
நொடியில் ஒளியும்
விழுதுகள் மாறி
விழுதுகள் பரவிய
ஆசைகள் மலர்கின்றன.
¤

49. குழந்தை

கிளரிய கலங்கல்
குழந்தைகளின் சிரிப்பில்,
அப்பாவித்தனத்தின்
அழகிய மூலையில்
மணமகளின் வீசல்கள்,
மழலை மனதில்
மருதாணி பூவாய்.

மூடுமூடி வரும்
கண்களில் பிளவுகள்,
விளையாட்டின் உலகில்
விழித்திருக்கும் கனவுகள்,
சிறு சின்ன ஆசைகள்
சுடரின் உள்நிலையாய்,
செய்திகள் பொசிக்கின்றன.

அன்பின் அடிப்படையில்
அப்பாவி சிரிப்பின்
விளையாட்டுக் களத்தில்
அணிவகுப்பாக உள்ளது,
மதிப்பின் அமைதியில்
மழை புன்னகை மாறி
அனைவரும் கூடிய
குழந்தையின் கலை.

நகைச்சுவையின் குரலில்
நன்கு உரிய சிரிப்பு,
விளையாட்டின் முடியில்
விழும் சுதந்திரம்,
சிறுவர்களின் நிலை
சிறகுகளுடன் உருளும்
சின்ன கனவுகளாய்,
சிறந்த புன்னகை உண்டாக்கும்.

பட்டங்கள் போல் பரவும்
பயணங்கள் மற்றும் ஆசைகள்,
சர்வதேசம் தொலைவாக
விளையாட்டு உச்சியில்
பந்தயங்கரித்த
குழந்தையின் அப்பாவித்தன்மை
பூக்களின் பாட்டு போல.

அந்தப் புன்னகைகள்
அருகில் அமர்ந்திடும்
தங்கிய வண்ணங்களுடன்,
சிறிய எட்டுத்திசையில்
அல்லாத கனவுகளில்
அப்பாவி ஆகும்
அனுபவத்தின் மின்னல்.
¤

50. பண்பாட்டு பரிமாற்றங்கள்

காற்றின் நிழலோடு
அதிகாரத்தின் அலையும்,
பண்பாட்டின் மடியில்
சலசலிக்கும் சிந்தனைகள்,
ஒற்றுமை சித்திரங்கள்
ஒலிக்கின்ற ஒளிகள்.

மண்ணின் உணர்வில்
மழையின் மின்னல் போல,
பண்பாட்டின் பொழுதுபோக்கு
பரிமாற்றத்தின் பாதையில்,
நெஞ்சில் பட்ட பரிமாணங்கள்
நிறைவிற்கு வரும் முன்னேற்றம்.

வண்ணமயமான
சின்னக்களுடன்
வழியேறும் விதைகள்,
பண்பாட்டு உருவாக்கத்தில்
விவரிக்கின்ற விதி
வெளிப்படும் பாரம்பரியங்கள்.

கேட்கும் காலங்களில்
காணும் தாளங்கள்,
பண்பாட்டின் பக்கத்தில்

பரிமாற்றத்தின் கதை,
அழகிய மொழியின்
அதிகாரத்தின் நிழல்.

நகரின் சுத்தத்தில்
நாயகர்களின் கதைகள்,
முன்னணி வழிகளில்
பண்பாட்டின் பாசம்,
அவசரத்தில் உயர்வில்
அறியாத நாடகம்.

பழங்கால பாதையில்
புதுவிதம் தோன்றும்,
சமகாலத்தில் நகரும்
பண்பாட்டு பரிமாற்றங்கள்,
சந்தோஷத்தின் புதிய
சிக்கல்களில் சந்திக்கின்றன.

அமைதியின் ஆளுமை
அறிவியின் விளக்கம்,
வெளிப்படும் புது களஞ்சியம்
வழியேறும் தருணங்களில்,
பண்பாட்டின் போக்கில்
பரிமாற்றம் பரிசில் ஆகும்.
¤

51. தன்னலம்

உணர்வில் பூவிதழ்,
நிகழ்வின் ஒளிரல்,
தன்னலத்தின் தருணம்,
சிறு சிந்தனையாய் விளையும்.

அருவியின் நிமிர்வில்,
அழகிய காட்சியில்,
தன்னலத்தின் நிழல்,
தெரியும் செவ்விய சோகம்.

நண்பனின் உதவியாய்,
நீயும் நானும் சேர்த்த,
அன்பின் கண்களில்
வெளிப்படும் தன்னலம்.

மனதில் மிதக்கும்
மண்ணின் ஓசை,
அந்த நிமிடம் வெறும்
அளவுக்குள் ஓடும் நீராய்.

விழிகளின் வெளிச்சத்தில்,
பேசும் ஓசையாய்,

தன்னலத்தின் தன்மை,
அழகிய புன்னகை போல.

வலியெடுத்த காதலில்,
வழிமுறை காணும்,
அன்பின் முன்வருபில்
தன்னலத்தின் தெளிவாக.

உணர்வுகள் இசைக்கும்
ஒலியாய் இசைக்கும்,
நினைவின் பயணத்தில்
தன்னலமாய் நிற்கின்றது.

மண் வாசனையில்,
மழையில் மிதக்கும்,
தன்னலத்தின் ஊற்றில்
மெய்ப்படும் வாழ்க்கை.

அளவிடும் உணர்வில்
அழிக்கையாய் பரந்த,
தன்னலத்தின் குரலாய்
அணுகாத நிழலாய்.
¤

52. சுயபரிசோதனை

முன்மொழியில் ஒளிந்த
மனக்கவிதை,
சுயபரிசோதனையின்
சிறு பரிசொல்,
உள்ளத்தின் வெளிச்சம்
உள்நிலை ஓசை.

அந்தி நேர நிஜத்தில்
அலங்காரமில்லா,
சுயமாக உலா
உள்ளத்தின் இலைகள்,
அறிவின் மண் மீது
மண்வெட்டுதான்.

நிழலோடும் ஒளியோடும்
நடக்கும் பயணம்,
மொழிகளின் வெளிச்சம்
முற்றிலும் நிலைத்தது,

அந்தரங்கத்தில் தேடும்
அனைவருக்கும் அன்றாடம்.

கண்கள் மூடியாலும்
மனத்தில் உண்டா,
மகிழ்ச்சி சோர்வுகளில்
மூடிய சுயப்பரிசோதனை,
வெளியின் நிழல்களை
விடுவிக்கும் விடை.

அறிவின் அடித்தளம்
அறுபடர்பரந்த யதார்த்தம்,
தனக்கே உரிய திரிபில்
தெரிந்து கொள்ளும் இவை,
உலகத்தில் காணும்
உள்ளுறவு வார்த்தைகள்.

மழையில் ஒளியாய்
மருதாணி புணர்வு,
அந்த சுயமரியாதை
அனைவருக்கு தரும்
ஆன்மா அரிய சுதந்திரம்.

பழைய நினைவுகளுக்கு
புதிய ஒளியை தரும்,
அழிந்து போகும் தன்மையில்
அலங்கரிக்கப்பட்ட
உணர்வு கவிதை,
மெய்ப்போய் அருளும் சுயத் தியானம்.
¤

53. பண்பாடு

மண்ணின் பாசம்
மழையின் தேர்,
அதிசய கண்கள்
அலங்கரிக்கும் மடிப்பில்
பண்பாட்டின் மணம்.

காலத்தின் மோதல்
கரையின் கருணை,
பண்பாட்டின் கதை
பரிமாணத்தை நிரப்பும்
பரம்பரைப் பாடல்.

அருவியில் மிதக்கும்
அழகிய விலகல்கள்,
அவை பாடும் இசை
அம்சமென விழியினால்
அறிவுக்கு அடையாளம்.

நகரின் நிழல்களிலும்
நடிகையின் நடையில்,
பண்பாடு பயணம்
பரம்பரையாய் பூவாய்
பழங்கால நினைவில்.

மார்கழி மாதத்தில்
மழை எனும் கருவில்,
பண்பாட்டின் வண்ணம்
மறைந்த கோயில் கீற்றில்
மரபில் நிலைத்தது.

சிறு சிறு வழிகளில்
செவ்வாய் போல ஓடும்
பண்பாட்டின் சிறகுகள்,
காலத்தின் கட்டடத்தில்
கருவியை அளவீட்டு.

அழகிய பண்புகளுடன்
அலைவிழிக்கின்ற நாடகம்,
பண்பாட்டின் நிழல்
நடந்த நடையில் நிலைத்து
நிகழும் இன்ப நிலை.

எங்கும் காணும்
எல்லா அழகின் பிரதிநிதி,
பண்பாட்டின் பெருமை
பொதுவான வாக்கியாய்
பொறுமையின் பின்னணி.

முகமூடிய ஒளியில்
மனங்கள் மாறும்
பண்பாட்டின் மையத்தில்
மற்றுமொரு தருணத்தில்
மண்ணின் வழி விரிக்கும்.
¤

54. மகா சாத்திரம்

பரமபதம் புரிந்து
பட்ட பூமியின் சோகம்,
மகா சாத்திரத்தின் ஆளுமை,
மரபின் வெண்கோல் உலகம்.

கோவிலின் கோலங்களில்
கோணங்கள் எழும் ஒளி,
பரிதியின் நெஞ்சில்
பட்ட லேசுகளின் இசை.

மந்திரியர் மந்திரங்கள்
மூலங்கள் பலவிதம்,
மகா சாத்திரத்தின் நூல்
நனவோடு புணர்வு நிலம்.

அருளின் கலைகளில்
அணிநீக்கிய அனுபவம்,
பவன விலகும் நேரத்தில்
பாரமரு புனிதம்.

அருவி நீராயும்
ஆழ்வாரின் வார்த்தை,
மகா சாத்திரத்தின் பதின்மூன்று
பரிதியில் பதிந்து இருக்கும்.

பிறப்பு பிழைப்பு
போக்கிருக்கும் நாளில்,
தெய்வத்தின் மொழியில்
தர்க்கம் தந்த உலகம்.

விதி முறைகள் விரும்பும்
விருத்திகள் எளிதல்ல,
மகா சாத்திரத்தின் வார்த்தை
வெளிச்சமாக அறிவியல் கலந்திடும்.

பொதுமக்கள் பிளவுகள்
பட்டா மழை பாடும்,
பழம்பெரும் நகர்களில்
பொருளாதாரமும் பரிசு.

செயல் செய்யும் மரபில்
சீரமைப்பு சாத்திரம்,
மகா சாத்திரத்தின் மொழி
சிந்தனைகளின் சீர்ப்பு தந்தது.

விண்ணின் ஓசையில்
வெளிப்படாத விளக்கம்,
மகா சாத்திரத்தின் கதை
¤

55. முற்போக்கு வாழ்க்கை

அழகான அங்கமே
ஆயிரம் ஆண்டுகளின் ஆவலில்,
முற்போக்கு வாழ்க்கையின்
மயிலின் மகிமை மழலை.

மகா நதியின் மடியில்
மண்பொழிவு நீராடல்,
பழங்காலச் சொற்பொழிவில்
பாரம்பரியமாய் விளக்கல்.

கடலினில் காற்றின்
கனவுகள் வீசும் வழியில்,
அந்தரங்கம் திறந்த
அறிவின் அமுதவிழா.

விடியற்காலச் சூரியன்
வெளிச்சம் தரும் நாளில்,
வெளிப்படும் பழம்பெரும்
வாழ்க்கையின் பெருமை சொற்கள்.

சிதம்பரத்தடி சாயல்
சூழ்ந்த திருவிளக்கம்,
தொலைவிலிருந்து நனவாக
தொடர்ந்த தீர்வு கதைகள்.

ஆராய்ச்சியின் அலை
அழகிய புனிதத்தில்,
அந்தரங்கப் பாடலால்
அனுபவங்கள் பேசும் பூக்கள்.

மரபின் மேகங்களில்
மணிக்கட்டின் விசிறி,
பதினைந்து தலைமுறை
பாராட்டும் பாரம்பரியம்.

மலரின் மையத்திலே
மழை விரிந்த நாட்கள்,
முற்போக்கு வாழ்க்கை
முடிவு மிடுவாய் நின்றது.

சுகாதாரம் சிதறும்
சுருங்கிய எண்ணங்கள்,
முற்போக்கு வீதியில்
முறைமை உடைய உலகம்.

தொலைவில் பிறந்த
தங்கம் சொல்லும் திருகோணங்கள்,
அந்தரங்கங்களில் கலந்த
அதிகாரக் குறியீடுகள்.
¤

56. நாகரிகத்தின் விளக்குகள்

மண் தழைத்த முறை
மரபின் மரக்குறியியல்,
நாகரிகத்தின் மடியில்
நிகழ்வின் அழகியக் காட்சி.

கோயிலின் கோணங்களில்
கோபுரம் குரலில் எழும்,
அழகிய ஆவிகள்
அரிதாகப் பயணம் செய்யும்.

புராணத்தில் பொங்கிய
பரம்பரையின் கனவுகள்,
நாகரிகத்தின் பண்புகள்
நிகழும் ஒளிக்கண்கள்.

அமுத வினாடிகளின்
ஆசிரியச் சொற்கள்,
அந்த நாளின் நிழலில்
அணிமேல் பார்வை சொல்வது.

கண்மூடிய கதைகளில்
கட்டிட மாடலின் கதைகள்,
அம்சங்களைச் சேகரிக்கும்
அழகிய வரலாற்றின் விவரங்கள்.

அதிகாரச் சித்திரங்கள்
அழகின் திரு உபதேசம்,
நாகரிகத்தின் நிழலில்
நிகழ்வின் மெய்ப்பாடு.

சோலையின் முன்பக்கம்
சோபானமாய் வளர்ந்து,
அன்றைய பார்வையில்
அறிவியல் வேதியியல்.

அழகிய ஓவியங்கள்
ஆராய்ச்சியின் கீற்றில்,
அந்த தேசத்தின் சுபாவம்
அவசியமாய் விளக்கல்.

கடற்கரையில் கதைகள்
கலாச்சாரத் தொலைவில்,
நாகரிகத்தின் பெருமை
பண்டிதர்களின் பண்பு.

மரபின் வண்ணத்தில்
மூன்று மடல் மையம்,
நாகரிகத்தின் உரையால்
நெஞ்சில் பதியும்கருணை.
¤

57. சாதிப்படிப்புகள்

சாதிகளின் சூழல்
சந்தையில் சலனங்கள்,
அழகு அழிவின் பேச்சு
அடிப்படைக் கதை.

முறைகளின் மாயம்
முழு நிலை சிக்கல்,
சாதிப்பின் சுருக்கம்
சில உரையாடல்கள்.

பாதையின் படிமம்
பண்பின் பிளவு,
முதன்மை முறையின்
முன்வரும் கணக்கு.

செயல் சிக்கலின்
சொல்லின் சுடுகாடுகள்,
பரம்பரையின் பயணம்
புனித விழிகள்.

அறிவின் அடிப்படையில்
அணிந்த சிதைவுகள்,
சாதிப்படிப்பின் நிழல்
சார்ந்த கதை.

தெருவின் தாகம்
தர்மங்கள் புகழ்,
சாதிபுத்தின் சோதனை
சுவாமியான் சொல்.

அழகு அணிகலனின்
அதிகாரக் காட்சி,
சாதிப்படிப்பின் சக்தி
சுற்றும் சுவரொலி.

பண்பின் பிளவு
பரிமாணம் பிடிவாதம்,
சாதிப்படிப்பின் மாறுபாடு
சரிசெய்து சிந்தனை.
¤

58. சமுதாய சிந்தனைகள்

முகம் மாயாஜாலம்,
முறையிலே சிதறல்,
சமுதாயத்தின் மூலம்சொல்
சுத்த சிந்தனையிலே திகழும்.

காணும் கலைவிழா,
கருவிகளின் கல்வி,
நெஞ்சில் நிலைத்த
நிகழ்வின் நுணுக்கம்.

வீசும் வாதம்,
விதியினுள் வாழ்வு,
அறிவின் ஆராய்ச்சி
அலைபோக்கும் அசல்.

தொகுதி நெடுஞ்செல்,
தர்க்கத்தின் திசை,
சமுதாயத் தத்துவம்
சூழல் சிந்தனை.

அங்கம் ஆற்றல்,
அணிகலனின் எழில்,
மூலச் சுடர்
முகத்தில் மின்னல்.

நிகழ்வின் நெருக்கம்
நெஞ்சில் பொங்கல்,
சமுதாயச் சிந்தனை
செயலின் சிறப்பு.
¤

59. பூங்காற்றின் மகிமை

பூக்களின் போகம்,
பூங்காற்றின் பரிசு,
அழகிய ஆழத்தில்
அறிவின் அலைமோதல்.

அலங்காரக் காற்று,
அந்தரங்கக் குரல்,
பூமியின் பக்கவாட்டில்
பரிமாணம் பாய்ந்து வரும்.

மழை வரவேற்பு,
மழலையின் மென்மை,
பூக்கள் பூக்கும் போது
பூங்காற்றின் பகிர்வு.

சொற்பொழிவின் சோகம்,
சுவையான சோலை,
அழகிய விமானங்கள்
அமுதக் காற்றோடு சேர்க்கும்.

மணவெள்ள நிழல்,
மணிக்கடல் மகிமை,
அந்தரங்கத்தின் இசை
அலங்காரமாக எழுகிறது.

அடர்த்தியின் மாந்திரியம்,
அவசரக் காற்றில்,
பூங்காற்றின் பயணம்
போக்கில் பரிசுத்தம்.

அழகிய வளையம்,
அருவியின் ஆழம்,
பூங்காற்றின் ஆவல்
அறவல் கனவுகளை உருவாக்கும்
¤

60. மந்திரங்கள்

மதியின் மையம்,
மந்திரத்தின் மெலர்வு,
அந்தரங்கச் சொல்லில்
அழகின் அடையாளம்.

சந்திரன் சுடர்விடம்,
சிறந்த சக்தியின் ஓசை,
மந்திரத்தின் அற்புதம்
அகப்பட்ட ரகசியக் களம்.

அழகிய ஆவி,
அருட்கலையின் மொழி,
மூலக் குரலில்
மெய்ம்மையாகவே பயணம்.

கடலின் கிளர்ச்சி,
காலத்தின் கற்பனை,
மந்திரப் பூங்காற்றில்
முதன்மை உணர்வு.

நகைச்சுவையின் நிழல்,
நிலவின் முத்தம்,
மந்திரச் சொற்கள்
மாணிக்கங்கள் போல சுடுகின்றன.

அறிவின் ஒளி,
ஆவியின் உறுப்பு,
மந்திரத்தின் வெண்கோல்
வெளிச்சமாய் பெருக்கம்.

மரபின் நம்பிக்கை,
மருந்தின் ரகசியம்,
மந்திரச் செயலில்
மோகமும் மோகமும் சேர்க்கும்.

தெய்வத்தின் திசை,
தர்மத்தின் அழகு,
மந்திரங்களின் மாயா
மரபின் விசேஷத் தொகுப்பு.
¤

61. தமிழர் கலை

கலைமாலை கோலங்கள்,
கண்ணிய கலைவிதிகள்,
தமிழர் ததும்பும்
தரிசனத்தின் தேவைகள்.

சூரியன் சுடர்போல்
சிற்பங்களின் உச்சம்,
அழகிய அணிவகுப்பு
ஆவியின் ஆவலோடு மிதக்கும்.

அறிவின் அரண்மனை
அணிவகுப்பின் எளிமை,
தமிழர் கலை நரம்பில்
நகைச்சுவை உருவாக்கும்.

பொலிவான பூங்கோலங்கள்,
பாடலின் பண்டிதங்கள்,
மணிசுடர் மையத்தில்
மரபின் மீட்டிருக்கும் புகழ்.

நகைச்சுவையின் நிழல்,
நிலவின் நமனம்,
தமிழர் கலைக்கே
அணிகலனின் அணிவகுப்பு.

கலையின் குளோபம்
கருமம் மற்றும் கவனம்,
தொகுப்பின் திறமை
தரிசனத்தின் திறந்து காட்டும்.

மதியின் மரபில்
மயக்கமூட்டும் முறை,
தமிழர் கலைப் பக்கம்
மிகவும் மென்மையாக மிதக்கும்.

பொதுவில் புரிதல்
பரிமாணம் அழகு,
தமிழர் கலை உலகம்
பாரம்பரிய வணக்கம்.
¤

62. மெய்யியல்

மரபின் மயங்கல்,
மூலக் கனவின் காய,
மெய்யியல் மெய்யில்
மலரின் அழகுக்கே பின்விளக்கம்.

பூவின் பசுமை,
பளிங்கின் பளபலப்பு,
அவள் கண்கள் சிறகெடுப்பின்
அறிவின் அரங்கம் அமைக்கும்.

சரிக்காட்டின் சவிதி,
சமுதாயத்தின் களம்,
அவளின் அழகு தரிசனம்
அஞ்சலியாய் அருமை கூறும்.

நிலவின் நனவில்
நாகவல்லியின் நிலவு,
அவள் முகம் பிணைத்த
மூலக் கன்னி மெழுகுதல்.

அழகின் அருவி,
அருட்கலையின் சூரியன்,
அவள் இருள் நீர்த்தானம்
அமுதக் கதிராக மிதக்கும்.

அந்தரங்கக் குரலில்
அழகிய அச்சமிகு,
மெய்யியல் மேகம் போல
மலர்போல் மின்னும் அருள்.

சிறந்த சந்தோசம்,
சிறிய சாயல்கள்,
அவளின் தனித்துவம்
அறிவின் உச்சிமேல் பாடல்.

மூலச் சொல் மயக்கம்,
மோசகரின் பாயல்,
அவள் புன்னகை
மெழுகிய மதியின் மனையிலே.
¤

63. ஒப்பியக்கல்

அழகின் அங்கம்,
அவளின் அழகு,
ஒப்பியக்கல் உபமையில்
மணியாய் மின்னும் முறையாகப் பிறக்கிறது.

மார்பின் மின்னல்,
மரபின் பாசம்,
அவள் கண்ணில் ஒளிந்து
மிகுந்த மயக்கம் குவிக்கிறது.

சீதலின் சங்கதி,
சௌமியத்தின் நிலை,
ஒப்பியக்கல் பூக்களில்
ஆசையின் அலைக்கேற்றுமிடம்.

கூடல் கானல்,
கூட்டம் களத்தில்,
அவள் சொர்க்க சுடரின்
சூழலை தழைக்க செய்கிறது.

ஒத்துப்போகும் கலை,
ஒடுக்கமெய்யில்,
அவள் புன்னகை
பூமியின் மயக்கம் போல மிதக்கிறது.

உறவின் உறுதி,
உணர்வின் உள்,
அவளின் ஒப்பியக்கல்
அழகின் ஆடம்பரத்தில் நிற்கிறது.

மரபின் மாந்தர்,
மொழியின் மெழுகு,
அவள் கூடல் கூறில்
காலத்தின் கதையை வலுப்படுத்துகிறது.

அழகின் ஆதாரம்,
அறிவின் அருவி,
ஒப்பியக்கலின் வாசலில்
அவள் ஒளி மகிமை வழங்குகிறது.

அந்தரங்கப் பணி,
அவளின் அச்சமாய்,
ஒப்பியக்கல் நிலை
அலங்காரத்தில் அசர விடுகிறது.
¤

64. ஒப்பியக்கல் - விரல்

வியாபாரக் கைவிரல்,
விதியின் உலா,
அவள் விரல் தன்னிலே
சிறந்த ஆளுமையோடு சிவர்த்தமாகிக்கொள்கிறது.
¤

65. ஒப்பியக்கல் - அங்கங்கள்

அந்தரங்கச் அழகு,
அவளின் அங்க பாகங்கள்,
அவள் உருவம் அற்புதம்
அழகின் ஆவலோடு நிறைந்த அர்பணமாகின்றது.
¤

66. ஒப்பியக்கல் - முடி

மரகதக் கம்பன்,
முகலின் மொங்கல்,
அவள் முடியில் மண்ணொளி
மணக்கட்டு போலச் செழிக்கிறது.

67. சேதமற்ற இயற்கை

அமுது மலர்,
அழகின் வீரம்,
சிகப்பு நீர்,
சூரிய ஒளி.

திடம்செய்து,
தருணம் நெகிழ்வு,
அழகின் காவல்,
அநாதிக்கே ஆதி.

சமுத்திர ஆழம்,
சிறந்த பக்கம்,
மழை நதி,
மணல் கரை.

மழை நெளி,
மண் வாசனை,
அளவழிக்கும்,
அறையாய் இயற்கை.
¤

68. நம்பிக்கையில்...

வெறுப்பு கொள்வாயோ என
மறுப்பை மறுதலிக்கிறேன்
தலையாட்டி பொம்மையாய்
நீ கேட்கும் அனைத்திற்கும்
என்றோ ஓர் நாள்
உனக்கு புரியும் என...
¤

69. கலம்செய்கோவே

எழுத்தின் அழகு,
அமைதி கலை,
அந்த கதையின் மயக்கம்,
அழகிய சொல் பாசம்.

நுண் கலைவியல்,
நிகழ்ச்சி நான்கே,
மழையின் ராகம்,
மஞ்சள் மாலை இசை.

மூன்றே நெற்றியில்,
மூலமா விழா,
காலத்தின் கலையாக்கம்,
கருவி விதையை செப்பமாய்.

அவதாரப் பாணி,
அவசர வாழ்வு,
மொழியின் நிழல்,
மயில் சோலைப் பாட்டு.

எழுத்தின் நெறி,
எங்கும் நாகரிகம்,
அந்த கலம்செய்கோவே,
அழகின் முறைபாடு காணும்.
¤

70. யாதும் ஊரே, யாவரும் கேளிர்

உயிரின் உறவுகள்,
நிலையின் மாற்றங்கள்,
வாழ்வின் சுழற்சியில்,
எல்லாம் எங்களின் தேசம்.

தீதும் நன்றும் பிறர்தர வாரா
சந்தோஷம், துக்கம்,
அவை பிறரின் செயலா?
வளமும் வறுமையும்,
காற்றின் அடிவயிறு.

சாதலும் புதுவதன் இன்னா பிறவியும்
மரணம், பிறப்பு,
விதியின் விதைகள்,
அறிதல் பெருமை,
அதுவே மெய்ப்பொருள்.

உட்பகரும் துன்பம் ஆர்அரிது
உள்ளத்தில் உறைபவன்,
துன்பம் உணர்பவன்,
அதுவும் சிறுகாலம்,
மகிழ்ச்சியும் சிறுகாலம்.

அன்போடு நெஞ்சம் உடைத்தவன் பெரிது
அன்பின் ஆழம்,
நெஞ்சின் பரந்தவளம்,
அன்பே அன்னியாயம்,
அன்பே உயிர்வளம்.
¤

71. பேசும் கவிதை

தனிமையில்,
தொலைந்த நிழல்,
தூவியும் கனவில்,
சிறகொலிச் சுவடு.
சிலிர்க்கும் இசை,
புயலின் நீர்கொடி,
கீதம் பாடினேன்,
சிறுமையை எறிந்து.
சிறகினில் தழுவி,
மறையாத ஒளியில்,
மழை கொஞ்சும் இரவில்,
நினைவின் கனவு.
நிழலின் கவிதை,
மெல்லிசை உதிர்ந்த,
மீண்டும், இதழ் சிரிப்பு,
மனம் மயங்க.
நீயே இசையாக,
அதிரடி புயலாய்,
அருகினில் நிற்கும்,
பேசும் கவிதை.
¤

72. ஊழ்

அடைத்த கோபுரங்கள்,
பொழுதும் இல்லை.
கடைசியில் சுகம்,
அறியாதிருக்கும்.

மண்வள மண்ணில்,
அறுவைகள் சுழல,
ஆயிரம் பொழுது,
மேசை செடிகளின் நிழலில்.

நாளும் பொழுதும்,
கட்டணக் கட்டுப்பாடுகள்,
மிகவும் மிகுதி உணவினில்,
நாள்பட்ட உடற்பயிற்சியில்.

அறியாமல் கருவளையம்,
அழித்த மரங்கள்,
அடக்கமாக கருது,
தோன்றலின் சிரிப்பில்.

அழிவும், வளர்ச்சியும்,
நகர்ந்துகொண்டிருக்கும்,
நாட்டின் வழியில்,
விதியின் திருப்பத்தில்.

சிறுகதை வாழ்க்கை,
அறிவு மறந்து,
குணம் கெட்டு,
சுழலும் உலகம்.

அறியாத மனிதர்,
முறைகள் தவிர,
மீண்டும் சிற்பங்கள்,
ஊழ்கோல் சுழற்சி.

73. என்னவோ ஏதோ

விழிகளில் ஒன்று விதைத்தாய்,
இதயத்தில் சுவைச் சிமிழாய்,
நினைவுகள் தடுமாற,
நெஞ்சினில் நீந்தி வந்தாய்.

உணர்வுகள் காற்றில் திளைக்க,
விழிகள் மழையில் விழுந்தது,
படர்ந்தது உன் நினைவின் தீ,
சிறகு கிட்டும் கனவுகள்.

என்னவோ ஏதோ சொல்கிறது,
மனம் மயங்கும் தேடலில்,
நெஞ்சம் மிதக்கும் காதலில்,
அதை சொல்லாமல் சொல்கிறாய்.

விரலினில் வார்த்தைகள்,
வாயிழையில் கவிதைகள்,
உறவுகளில் மலர்ந்தது,
சிறகு உடைய இன்பங்கள்.

மறுமுகத்தில் புதுமை,
அதிகாரத்தில் சுகமே,
என்னவோ ஏதோ எண்ணம்,
இயல்பாகிவிடும் காதல்.
¤

74. நிழல் எனக்கு

முதல் பார்வையில் நெஞ்சம் நிறைந்தது,
இசையின் சுகம் நெடுந்தூரம் பயணித்தது,
விழியின் சொல் பொழிந்தது,
உன் நினைவில் எம்மையும் தொலைத்தது.

ஒற்றைச் சிந்தனையில் தூங்க,
மெல்லிசை காதல் மொழி பேச,
அமைதியின் கீற்று மிதந்து,
உன் பிரிவை விடியலைப் போல எண்ணினேன்.

சில நேரம் நிழல் போன்றே,
உன் உதிர் நினைவில் மனம் கூடி,
வழியில் வரும் கனவுகள்,
தொலைந்து போகும் இன்பமே தாங்குதோ!

நீண்ட தூய நடையில்,
சிலம்பின் ஒலி சுகத்தை,
நெஞ்சின் ஓசை,
காதல் தோட்டத்தின் மலர் தூவி.

அன்று முதல் தினம் வரை,
நினைவின் மயக்கம் தீண்ட,
அன்பின் தொடுகையில்,
உன் நிழல் எனக்கு நிஜமாகவே வந்தது.
¤

75. யாக்கை திரி

நேசம் முதுகை
மனம் துடிப்பு.
சிந்தை வழியில்
சொல் மெல்லிசை.
நிழல் ஊக்கம்
விழி சுகம்.
காதல் மலர்வு
தொலைவு துயில்.
நினைவு தீண்டல்
அமைதி கனவு.
நிழல் நிஜம்
நெஞ்சம் மலர்ச்சி.
நேசம் நிழல்,
மனம் துடிப்பு.
விழி பார்வை,
சொல் மெல்லிசை.
நிழல் சுகம்,
காதல் தடம்.
தோன்றல் நினைவு,
விழிகள் தாய்.
காதல் ஒலியாய்,
மனதில் மலர்ச்சி.
சிறகுகள் விரிவில்,
நெஞ்சம் கொஞ்சும்.
அழகின் ஓவியம்,
நிழல் நிஜம்.
நினைவில் தொடும்,
காதல் கனவு.
¤

76. உன் சிரிப்பில்

உன் நாணத்தில் மாய்ந்து,
நெஞ்சம் நெகிழ்ந்தேன்,
விழியின் கண்ணோட்டம்,
சுழன்று விழுந்தது.

காதல் சிறகுகளில்,
பறந்து சென்றேன்,
தென்றல் இசையாய்,
நீ சென்ற பாதையில்.

மெல்ல நிசப்தம்,
உன் குரலில் கலந்தது,
புதிய மொழியில்,
நினைவில் விழித்தேன்.

உன் கண்ணீரின் சுவையால்,
என் உயிர் கலந்தது,
இப்போது என் வாழ்வு,
உன் விழியில் உயிர் கொண்டது.

உன் சிரிப்பில் மலர்ந்தேன்,
புது உணர்வு மீண்டேன்,
சுவாசத்தில் சிக்கி,
என்றும் உந்தன் நினைவில்.
¤

77. யாக்கை திரி

உயிரின் சுடர்,
உருவின் தீபம்,
விழியின் வெளிச்சம்,
வெறியின் புகழ்.

நெஞ்சின் மின்,
நடையின் பனி,
நாடியின் வெப்பம்,
உருகும் உறுதி.

எண்ணத்தின் தீ,
எரியும் சிறகு,
உணர்வின் கதிர்,
உறைபின் உறக்கம்.

மனத்தின் கொடி,
முத்தம் விதை,
வலியின் கரை,
கானல் நீர்.

வெகுளி வலை,
விரைந்து விழி,
எனக்குள் நீ,
உனக்குள் நான்.

சிலிர்ப்பு சுவடு,
சித்தத்தின் கதை,
நிலம் தீண்டும்,
நினைவு நிழல்.

78. புதிய பாதை

என்னம் புதுமை,
புது பூமி தேவை,
மூடிய இரவு,
விளக்கின் நிழல்.

காலை சூரியன்,
புதுமை தருக,
விதியின் வேகம்,
சுடுகாடுகள் நீக்கவே.

நீயே அரிய,
விளக்கின் கண்ணோ,
உணர்வின் நானா,
புது உலகத்தை நோக்கி.

மழை போலே,
சீர்கழிக்கம் தந்தாய்,
துர்நாற்றங்கள் நுகர்ந்த,
அழகின் சுகத்தை.

மார்பில் ஓசை,
மனம் இன்பமோ,
புதிய தொடக்கம்,
வளர்த்திடு, சுகம்.

உலகம் நின் பார்வை,
அமைதி ஏலமோ,
மயக்கும் கனவோ,
புதிய பாதையில்.
⌑

79. நட்பு

நட்பு ஒரு தேன்கலசம்,
அடைகாக்கும் நிழலின் செந்நிறம்.
நட்சத்திரங்கள் இரவின் துணை,
நண்பர்கள் வாழ்வின் ஒளி.

சிரிப்பின் இரகசியம்,
அவர்களோடு பகிர்ந்துகொள்ளும் அழகிய தருணங்கள்.
துயரத்தின் துரதிர்ஷ்டம்,
அவர்களோடு உரையாடும் சொற்களால் அகலும்.

அன்பின் அலைகள்,
நண்பனின் கைகளில் அழகாய் அலையும்.
பிரிவின் பனித்துளிகள்,
அவர்களோடு சேர்ந்து பொழியும் வெண்ணிலா.

நிழல் போலவே வருகிறார்கள்,
நிஜம் போலவே நிலைத்து நிற்கிறார்கள்.
நட்பு என்ற ஊஞ்சல்,
வாழ்வின் மரத்திலே உறைந்திருக்கும்.

நீச்சல் குளத்தில் மூழ்கி,
நிம்மதி தழுவும் நொடிகள்.
அவர்களின் கைபிடித்து,
நான் கனவுகளை சிறகடிக்கிறேன்.

நண்பன்,
என் அசைவின் ஓசை,
என் அன்பின் இசை,
என் உறவின் கனல்.

நண்பனே,
உன் நட்பில் நான் துளிர்க்கிறேன்,
உன் ஆதரவில் நான் வேருறுகிறேன்.
நன்றி நண்பா, என் வாழ்வின் வீரபுத்ரா.
¤

௧0. புறநானூறு

மண்ணின் மெய் அறிஞர்களின்,
புகழ்வாய் புறநானூறு,
நூல் வரலாறு சொல்கின்றது,
நூலின் கண் கடவுள்!

பரபரப்பின் ஊடே,
பயணங்களின் காட்சியில்,
புனிதப் பாடல்களின்,
புரிதலின் செல்வத்தோடு.

அந்த காலத்தோரே,
அழகிய போராட்டக் கதை,
அறிவோடும்,
அருமைதனியோடும் செய்த!

பாதையில் அருமை,
பஞ்ச மொழியின் அசை,
மனராசனின் சிறப்பு,
மறந்து விடும் விதி!

பட்டமையால் உயர்வு,
பாடலின் போதிய நலம்,
பரிதியின் களஞ்சியத்தில்,
பரபரப்பின் வரிசை.

புற்றுப் பயணமென,
புறமட்டும் ஒளிரும்,
பரம்பரை நோக்கி நீ,
பணிவியற்றும் அகிலம்!

இயற்றிய இயல்பில்,
இனிமையால் நிறைந்தது,
உலகின் மகிமை,
உதித்துப் பாடும் நூல்.

81. உரை நெடுஞ்சாலை

மண்ணின் செல்வமொடு,
அறிஞர்களின் கதை,
ஐங்குறுநூறு மின்மகள்,
மொழியின் சிம்மத் தாயே!

அழகிய தேசத்தின்,
ஆவலின் பணி சுருதி,
அறிவு செல்வாகி உண்டாய்,
அமுதமாய் பதிந்தாய்!

பிரபஞ்சக் கரங்களின்,
பாடலின் பாணியில்,
பரம்பரையின் நெறியில்,
பாரதியின் வரலாற்றுக் கதை.

மரபு மாறிய காலம்,
மழையின் மகிமை,
அந்த நாளின் தனித்துவம்,
ஆதியழகின் மூலமே!

பனிப்பாறை நேரமும்,
பண்ணிய கலையின் ஆழம்,
சொல்வழியின் அங்கணமோ,
சித்திரமோ ஒளிரும் புகழ்.

அலங்காரங்கள் இவை,
அறிந்து எம் சிறந்தது,
முலாம் உடனே இசையாய்,
முன்னணி அமைப்புகளாய்!

விசேடப் பாடலே,
விழிகள் கொண்டே எளிது,
அந்த நாளின் அற்புதம்,
அமைதி புலனோ நெறி.

பரந்த இலக்கியம்,
பணியாளர் ஆராதனையோ,
அசலின் சாகல்மோ,
அணிந்த உன் பெருமை!
¤

82. கவிதையின் அரண்மனை

பொன்மொழி சுவை,
பதிற்றுப்பத்து பணி,
அருமை நூலின்,
அறிஞர்கள் மெய்ப்பொருள்.

அழகிய தமிழ்,
அமைதி வளர்ப்பு,
நூலின் ஆதி,
நொடி நகைச்சுவை.

நேசக் கதை,
நெஞ்சின் கசக்கல்,
அன்றைய மரபு,
அழகின் மின்னல்.

பண்பாட்டு கோலம்,
பாரதியின் செல்வம்,
அனைவரும் நன்றி,
அருமை பணி பாட்டு.

அருளின் தீயில்,
அமைதி உரைவிதம்,
நூல் இசை சுகம்,
நெஞ்சின் கனவு.

புறமலரின் ஓசை,
பொன்மொழியின் பக்கம்,
எல்லா உலகும்,
என்றும் புகழும்.

அறிவின் கை,
அசலின் வழிகாட்டி,
பதிற்றுப்பத்து,
பண்பின் பெருமை.

பணிகருவின்,
பண்புக்கு மூலமோ,
இந்நூலின் சுகம்,
இன்பத்தின் பெருமை.
⌑

83. இலக்கியத்தின் உல்லாசம்

பண்டைய சோகம்,
பரிசுத்தமான பாடல்,
பாரதியின் கலையால்,
பரிபாடல் ஓர் மெய்யியல்.

பொன்மொழி வாசல்,
பொதுவின் பெருமை,
பரம்பரையின் அசை,
பார்வையின் உற்சாகம்.

அழகிய ஆவணம்,
அறிஞர்களின் செல்வம்,
நூல் ஒளியோடு,
நெஞ்சத்தில் புகழும்.

மழைத்துளிகள் போல,
மங்கல உரையாற்று,
முடியாத கதை,
முழுமை தரும் வீசல்.

பண்பின் வர்ணம்,
பாடலின் விருந்தோடு,
அந்த காலமெல்லாம்,
அழகின் தந்தையின்.

நடந்தோர் சுபாவம்,
நன்கு நிலைத்தது,
பரிபாடலின் மெய்,
பண்பின் பெருமை.

அருளும் ஆசையின்,
அமைதியில் காதல்,
மறந்து போகாதே,
முதன்மை பூங்காற்றே.
♮

நா.சௌரிராஜன்

84. இலக்கியப் பெருமை

நூலின் உன்னதம்,
அறிஞரின் வாயில்,
அரசின் எழுத்து.

அழகின் ஆராய்ச்சி,
அலங்கார பாடல்,
அந்த பண்டைய சமயம்,
அமைதியின் அஞ்சலியாய்.

நெஞ்சின் கதை,
நிகழ்ச்சி நெறி,
அவதிப்படம் கண்ட,
அன்பின் நிரூபம்.

பண்பின் ஓவியம்,
பரமோன் பாதி,
அந்தணின் பாடல்,
அறிவின் ஒளிர்வு.

தருமம் தெரிவிக்கும்,
தொலைந்த நாட்கள்,
மரபின் அணிகலம்,
மாரிய மதிப்பு.

ஆண்டாளின் பேரரசு,
அருங்கவிதையின் கீதம்,
அலங்காரப் பூவோ,
அழகின் சிரிப்பாய்.

நூல் வாசகத்தில்,
நொடியின் நாட்கள்,
நகைச்சுவையின் ஓசை,
நல்லுணர்வு சுவையாய்.

அறிவின் செல்வம்,
அழகின் திருவிழா,
அமைதி உரை.
¤

82. நேற்று இல்லா மாற்றம்

நேற்று இல்லா மாற்றம்,
இன்று மாறிய உலகம்,
அறியாத நொடி,
சுவரிலும் மின்னல்.

காலம் ஓடும் பாதை,
வெண்கலால் பூங்காற்று,
கண்கள் தழுவும் நினைவுகள்,
விண்ணில் ஒளியின் சிதறல்.

விழி ஆழ்த்தும் நகை,
புன்னகையின் மயக்கம்,
அறிவில் அழகு காண,
மனதில் தழுவும் வெறுப்பே.

மாறுபட்ட உலகம்,
தனி நொடி தானே,
பழைய நினைவுகள்,
புதிய தேடலின் யாத்திரை.

சிறு நொடி ஓர்,
நீராடு உலா,
காலத்தின் துயில்,
இனிய சந்தோசங்கள்.

சுவாசம் காத்தல்,
அந்த நொடியும்,
புதிய உலகின்,
மூடிக்கிடக்கும் கதை.
¤

83. மனிதன்

பிறப்பால் யார் நீ, வினவினேன்:

புழுக்கள் என்றன
புறாக்கள் என்றன
புலிகள் என்றன
தேனீக்கள் என்றன
வண்டுகள் என்றன

உயர்திணையிடம் வினவ...

இந்து என்றான்
இஸ்லாம் என்றான்
கிருத்துவம் என்றான்
பௌத்தம் என்றான்
சீக்கியம் என்றான்
பெயர் தெரியா பலவற்றைத்
தேடிச் சொன்னான்

தேடிய பதில் கிடைக்கவில்லை...
கிடைத்தால்... கண்டால் சொல்லுங்களேன்.
¤

84. என் சொல்

மௌனம் தொடு
பக்குவம் பெறு
பதில்கள் இருந்தும்
புரிதல் இல்லா மாக்களிடத்தில்..

போதனை தேவையில்லா
புத்தனாய் இரு
இல்லையேல்
புதையலும் போதாது

தந்திரம் கொள்
சொக்கத்தங்கம் சோலிக்குதவா
¤